अखेरच्या श्वासापर्यंत

जीवनाच्या अनुभुतीतून उभा राहिलेला
मार्गदर्शक, समुपदेशक, प्रशिक्षक

अतुल गोरे

Qurate
qaratebooks.com
Because everyone has a story to tell

This book is created by:

BookMark

A Division of:

R&S
Enterprises

It's time to tell your story

https://rsprintingsolutions.com/book-creation-services/

अखेरच्या श्वासापर्यंत

अतुल गोरे

Published by Qurate Books Pvt Ltd.

First Published in 2023

ISBN: 978-93-94600-88-1

Qurate
qauratebooks.com
Because everyone has a story to tell

Qurate Books Pvt. Ltd.
Goa 403523, India
www.quratebooks.com
Tel: 1800-210-6527
Email: info@quratebooks.com

दोन शब्द...

एखाद्या कलाकाराला, आपली आवडती कलाकृती कोणती हे विचारा, किंवा एखाद्या आईला तिचं सर्वांत आवडतं मूल कोणतं आहे याबद्दल विचारा.

जेव्हा असा प्रश्न कुणी विचारतं, तेव्हा समोरची व्यक्ती केवळ मंदस्मित करते. ती कोणतेच उत्तर देत नाही. प्रस्तुत पुस्तकावर श्री. गोरे यांच्यासोबत काम करताना माझ्या मनात काहीशी अशीच भावना आहे.

मी याआधीही काही पुस्तकं लिहिलेली आहेत. मात्र या पुस्तकाचे शब्दांकन करत असताना मी थक्क झालो हे कबूल केलं पाहिजे. श्री. गोरे यांनी जीवनप्रवासातून जाताना सोसलेले दुःख ते मला खोलवर जाणवलं. केवळ त्यांच्यासारखा कणखर माणूसच अशा कठीण परिस्थितीला सामोरा जाऊ शकतो. याचं बरंचसं श्रेय मी त्यांच्या पालकांनी केलेल्या संगोपनाला आणि बिंबवलेल्या मूल्यांना देतो.

या पुस्तकप्रकल्पावर काम करत असताना आमच्यामध्ये अनेकवेळा संभाषण होत असे. त्यात बरेचदा ते आपण याआधी एखाद्याला

कशाप्रकारे मदत केली याचं उदाहरण सांगत किंवा केस स्टडीचा दाखला देत. त्या वेळी बोलताना ही घटना अगदी काही दिवसांपूर्वीच घडली असावी अशा प्रकारे त्यांचे डोळे उत्साहाने चमकत असत. कुठल्याही प्रकारच्या परतफेडीची अपेक्षा न ठेवता त्यांना इतरांना मदत करणं अत्यंत प्रिय आहे. त्यांनी भले आजवर माझ्याकडे उल्लेख केलेला नसेल, पण आजही कुणी त्यांना भेटून आपल्याला वैयक्तीक किंवा व्यावसायिक जीवनात मदत मागितली, तर श्री. गोरे निःसंकोचपणे अशा व्यक्तीला होकार देतील याची मला खात्री आहे. त्या वेळी ते आपल्या मानधनाबाबत चकार शब्दही काढणार नाहीत असं मला वाटतं. त्यांच्याकडे असणारं हे दातृत्व खूप मोठं आहे.

प्रस्तुत पुस्तक लिहिताना दिसलेली त्यांची निष्ठा आणि शिस्त खरोखरच वाखाणण्याजोगी आहे. त्यांचा दिनक्रम नेहमी कितीही व्यग्र असला, तरी आपले विचार व्यक्त करण्यासाठी ते आमच्या व्हिडिओ मीटिंग्सकरता नेहमीच वेळ काढत असत. त्यातून तयार झालेला लिखित मजकूर वाचून त्यात आवश्यक बदल करत ते मसुदा चटकन मंजूरही करत. त्यांची या पुस्तकात भावनिक गुंतवणूक व प्रकल्पाबद्दल निष्ठा नसती, तर आम्हाला इतक्या सहजगत्या प्रकल्प पुरा करता आला नसता. त्यांच्या स्वभावातला उबदारपणा आणि दयाळूपणा समोरचाही आपोआप आत्मसात करतो.

प्रस्तुत पुस्तकाचं लेखन हा माझ्यासाठी एक अत्यंत आनंददायी अनुभव होता. या पुस्तकाच्या निर्मितीमध्ये आमचा सहभाग असल्याचा आम्हाला अभिमान वाटतो.

आज जगाला श्री. गोरे यांच्या कार्याची गरज मोठ्या प्रमाणावर असल्यानं त्यांचा हा प्रवास असाच सुरू राहील.

त्यांना या प्रवासासाठी शुभेच्छा.

रजनीश जी. शिरसाट
बुक क्रिएशन सर्व्हिस - बुकमार्क
rajnish@rsenterprises.info

एप्रिल, २०२३

प्रस्तावना

आपल्या दैनंदिन जीवनात अनेकदा अनोळखी व्यक्तींची भेट होत असते. आपण व्यवसायाशी संबंधित प्रदर्शनांत, दुकानात, विमानतळावर किंवा यांसारख्या अनेक ठिकाणी वेगवेगळ्या व्यक्तींना भेटत असतो. संपर्कात आलेल्या अशा व्यक्तींसोबत पुढे कोणतं नातं जुळेल याची आपल्याला त्या वेळी कल्पनाही नसते. एखाद्या छोट्या संभाषणापासून सुरुवात होऊन पुढे त्यातून आयुष्यभर टिकून राहणारं नातंही निर्माण होऊ शकतं.

'अखेरच्या श्वासापर्यंत' या पुस्तकाचे लेखक श्री. अतुल गोरे यांबाबत मला असंच म्हणता येईल.

श्री. गोरे यांच्यासोबत माझी पहिली भेट झाली १९९७मध्ये. त्या वेळी माझ्या व्यक्तिगत आणि व्यावसायिक आयुष्यात मोठीच खळबळ घडत होती. माझे पती मनोज रिजवानी यांच्यासोबत माझे सतत वाद होत असत. आर्थिक कारणांवरून आणि आमच्या जीवनशैलीवरून हे वाद कायमच व्हायचे. त्या वेळी माझा मुलगाही खूप लहान होता. त्या

काळात आम्ही मोठ्याच तणाव ग्रस्त परिस्थितीत होतो.

त्याच सुमारास लेखकाचे आणि माझे सामायिक मित्र श्री. लाझारस डायस यांनी मला आणि मनोज यांना श्री. गोरे यांचं मार्गदर्शन असलेल्या एका प्रशिक्षण कार्यक्रमाला बोलावलं. (आज लाझारस डायस विमा क्षेत्रातील राष्ट्रीय पातळीवर एक अत्यंत यशस्वी प्रशिक्षक, कोच आणि लेखक आहेत.) मी त्या प्रशिक्षण कार्यक्रमाला जायला नाखूश होते. खर्चात आणखी भर कशाला, असं मला वाटत होतं. मात्र माझ्या पतीने तिथे जाण्याचा आग्रह धरला. त्या कार्यक्रमात मनोज यांनी मला श्री. गोरे यांसोबतचं समुपदेशन अपुरं राहिलं आहे असं सांगितलं. मीदेखील श्री. गोरे यांच्याशी बोलावं, जेणेकरून कुठल्यातरी निष्कर्षापर्यंत पोचता येईल असं त्यांचं मत होतं. मला त्या समुपदेशनात सहभागी होण्यात फारसा रस नव्हता, माझ्या पतीचं काम अडू नये असं मला वाटत होत म्हणून मी सहभाग घ्यायला मान्यता दिली.

या वेळी माझ्या मनात आलेला पहिला विचार म्हणजे – "श्री. गोरे स्वतःच आयुष्यात इतक्या साऱ्या प्रश्नांना सामोरे जात आहेत, तर ते माझं समुपदेशन नेमकं कसं करणार?" श्री. गोरे यांच्यासोबत असणाऱ्या समुपदेशनाच्या सत्रात फारसं काही घडेल अशी मला आशा वाटत नव्हती, मात्र जसजसं आमचं संभाषण होऊ लागलं, तसतशी माझ्या मनात असणाऱ्या प्रश्नांची उत्तरं मिळू लागली. त्यांचं ज्ञान आणि अनुभव खरोखरच वाखाणण्याजोगं होतं. त्यांनी स्वतः आयुष्यात कितीतरी आघात सोसलेले होते. मात्र समोर आलेल्या प्रत्येक आव्हानावर त्यांनी यशस्वीरित्या मात केलेली होती. त्यांनी मला मनातलं सर्वकाही अगदी मोकळेपणानं सांगितलं. माझ्यासाठी तो संवाद मोठाच दिलासा देणारा ठरला. श्री. गोरे यांचे मार्गदर्शन असलेल्या माझ्या प्रवासाला

प्रशिक्षणार्थी म्हणून मान्यता देऊन सुरुवात केली.

श्री. अतुल गोरे यांचा सर्वांत महत्त्वाचा गुण म्हणजे ते लोकांशी सहजगत्या संवाद साधू शकतात. ते समोरच्याला बोलू देतात, त्याचं बारकाईनं ऐकून घेतात. अनेकदा आपण त्यांच्याकडे एखादा गहन प्रश्न घेऊन जातो आणि त्यावर ते सकारात्मक मार्ग काढतात. अशा प्रकारच्या आव्हानात्मक परिस्थितीत ते आपल्या प्रदीर्घ अनुभवाच्या आधारे योग्य मार्गदर्शन करतात. पुढे जाण्यासाठी सर्वोत्तम मार्ग शोधायला मदतही करतात. आपल्याला अनेक पर्याय सांगून त्यातला एखादा निवडायला आणि तशी उपाययोजना अंमलात आणायला सांगतात. आपली मतं ते समोरच्यावर कधीच लादत नाहीत. त्यामुळे समोरच्याला स्वतःचा निर्णय घेण्याचं स्वातंत्र्य असतं. ते स्वतः कुठली गोष्ट करायला थेटपणे सांगत नसले, तरी त्यांचा अनुभव आणि उपस्थिती यांचं वजन अर्थातच त्या निर्णयावर पडत असतंच.

त्यांनी शिकवलेल्या सर्वांत महत्त्वाच्या गोष्टी डॉ. स्टिव्हन आर. कव्ही यांच्या '७ हॅबिट्स ऑफ हायली इफेक्टिव्ह पीपल' या पुस्तकावर आणि 'कायझेन' या तंत्रावर आधारित आहेत. गेली कित्येक वर्षे मी त्यांच्यासोबत काम केलेलं आहे. त्यांच्या सत्रांमध्ये मी विद्यार्थिनी, गटसाहाय्यक या नात्याने सहभागी तर झालेली आहेच, शिवाय एक निरीक्षक म्हणूनही मी त्यांच्या समुपदेशनसत्रांना हजर असे. त्यांची सारी शिकवण माझ्या मनात खोलवर ठसलेली आहे.

आमचे हे बंध दृढ होण्यामागचा आणखी एक प्रसंग मी इथे सांगते. त्या वेळी मी बुटिकचा व्यवसायात होते. त्यात मला खूप साऱ्या प्रश्नांना सामोरं जावं लागत होतं. माझे पती मनोज त्या काळात आपल्या ग्राहकांना आर्थिक नियोजन कसं करावं याबाबतचा सल्ला देत असत.

मी स्वतःचं बुटिक सुरू केलं होतं. त्या वेळी माझ्या टीममध्ये अनेक कामगारांचा आणि अर्धकुशल कारागिरांचा सहभाग होता. या टीममधले लोक मला नेहमी पगार होण्याआधी उचल मागून त्रास देत असत. त्यांना कामातही अनेक सवलती हव्या असत. मी त्यांच्यासोबत खूप सहकार्याचं धोरण स्वीकारलेलं होतं. मात्र जेव्हा विक्रीच्या हंगामात जास्त काम करण्याची वेळ येई आणि बुटिकमधले कपडे वेळेत देणे आवश्यक असे. तेव्हा माझी माणसं माझ्या व्यवसायाच्या या गरजेकडं अजिबात लक्ष देत नसत. माझ्यासाठी हे खूप त्रासदायक होत असे. त्या वेळी मी श्री. गोरे यांचा सल्ला घेतला. त्यांच्याशी झालेल्या एका छोट्या संभाषणातूनच मला स्वतःच्या चुका कोणत्या आहेत हे कळलं. इतकंच नव्हे, तर अनेक उपाययोजनांचे पर्यायही सापडले. इथून पुढे मी स्वतःचं वागणं बदलू शकत होते. लोकांच्या सततच्या मागण्यांना मी दरवेळी होकार देणं योग्य नाही असं त्यांनी मला सांगितलं. आपण लोकांना समजून घेणं आणि त्यांना सहानुभूती दाखवणं जरी योग्य असलं, तरी दरवेळी त्यांच्या दबावाला बळी पडता कामा नये, असा सल्ला त्यांनी मला दिला. त्यांनी मला दयाळूपणाबाबत, एक सीमारेषा आखायला सांगितली. या गोष्टीमुळे मला खूपच मदत झाली. आज मागेवळून बघताना लक्षात येते की श्री. गोरे यांचा माझ्या व्यक्तिमत्त्वावर खूप प्रभाव पडलेला आहे. श्री. गोरे यांच्यासारखी,अभिमान वाटावा अशी कौशल्ये फार थोड्या लोकांकडे असतील.

असाच दुसरा प्रसंग घडला माझा पुतण्या 'यश' याच्याबाबतीत. आपली चार्टर्ड अकाऊंटन्सीची परीक्षा झाल्यावर करिअरमध्ये नेमकं काय करावं याबाबत त्याची द्विधा मनस्थिती होती. आपण पुन्हा दिल्लीला परतावं, की ठाण्यात राहून माझे पती मनोज यांच्यासोबत काम सुरू ठेवावं दोन पर्यायांच्या कात्रीत तो सापडला होता. याबद्दलचा निर्णय

घ्यायला पुन्हा एकदा श्री. गोरे यांची मदत झाली. यशनं त्यांची भेट घेतली. दोघांनी मिळून वेगवेगळ्या पर्यायांचा विचार केला. त्यानंतर त्यानं विचारपूर्वक ठाणे इथे राहण्याचा व तिथंच काम करण्याचा निर्णय घेतला. आज तो आपल्या या निर्णयावर अत्यंत खूश आहे आणि उत्तम प्रकारे काम करतो आहे. ऐकताना हे अगदी साधं-सोपं वाटेल, पण तेव्हाची परिस्थिती आज दिसते त्यापेक्षा खूप कठीण होती. श्री. गोरे यांच्या मदतीनं आम्हाला योग्य मार्ग शोधता आला याबद्दल मी खूप समाधानी आहे.

माझे पती मनोज यांचं सुमारे २ वर्षापूर्वी निधन झाल्यावर माझ्यावर आमच्या म्युच्युअल फंडांबाबतच व्यवसाय चालवण्याची जबाबदारी येऊन पडली. अनेक कुटुंबांनी आपला कष्टानं मिळवलेला पैसा आमच्याकडे विश्वासानं सुपूर्द केलेला होता. अशा परिस्थितीत त्या व्यवसायाची सूत्रं हाती घेण्याखेरीज माझ्यासमोर कोणताही पर्याय नव्हता. भविष्यात माझा पुतण्या यश आणि मुलगा राहुल यांनी हा व्यवसाय चालवला असता परंतु आज त्यांची पुरेशी तयारी झालेली नव्हती. त्यामुळे मला स्वतःला त्यात उडी घेणं भागच होतं. माझ्या मदतीला खूप चांगले कर्मचारी होते. मात्र माझे पती मनोज यांची जागा घेणं खूप कठीण आहे असं माझ्या लक्षात आलं. मनोज मुळातच आनंदी मनोवृत्तीचे, लोकांशी खेळीमेळीनं वागणारे होते. त्यामुळे कर्मचाऱ्यांचं त्यांच्यावर प्रेम होतं. त्यांनी सांगितलेली कामं झटपट केली जात असत. त्या तुलनेत माझा काम करण्याचा मार्ग लोकांना आग्रही आणि अधिकार गाजवणारा वाटत असे. या परिस्थितीत मार्ग काढणं आणि काम करून घेणं जरुरीचं आहे असं माझ्या लक्षात आलं. अशावेळी मग पुन्हा एकदा श्री. गोरे यांना मला आधार देण्यासाठी, शिवाय कर्मचाऱ्यांच्या समुपदेशनासाठी आणि प्रशिक्षणासाठी मी मदत

मागितली असेल तर त्यात काय आश्चर्य? त्यांचा म्युच्युअल फंड उद्योगाचा थेट अभ्यास नसला, तरी समुपदेशन आणि प्रशिक्षण यांचा दीर्घकाळ अनुभव असल्यामुळे त्यांनी माझ्या हाताखालच्या कर्मचाऱ्यांना लवकरच तणावमुक्त केलं. त्यांचा स्वभाव मैत्रीपूर्ण असल्यामुळे सगळ्या कर्मचाऱ्यांना ते आवडतात. आमच्या ऑफिसमधलं वातावरण त्यामुळे सुधारलं. आता टीमचे सदस्य त्यांच्यासोबतदेखील मनातल्या गोष्टी बोलू शकतात. त्यामुळे लवकरच आमचा व्यवसाय पूर्वपदावर आला, इतकंच नव्हे तर आता त्याची भरभराट देखील सुरू झालेली आहे.

माझ्यासाठी आता जीवनाचं एक वर्तुळ पूर्ण झालेलं आहे. मी व्यवसायाच्या प्रवासाची सुरुवात श्री. गोरे यांच्या मार्गदर्शनासोबत केली. आज दुर्दैवाने माझे पती साथ द्यायला नसताना, आयुष्यातल्या या कठीण प्रसंगी श्री. गोरे यांच्यासारखा ज्येष्ठ मित्र, तत्त्वज्ञ आणि मार्गदर्शक सोबत आहे.

वाचकांना हे पुस्तक वाचून निश्चितच खूप प्रेरणा मिळेल याची मला खात्री आहे. यामधून विद्यार्थ्यांना कष्ट आणि निर्धार यांचं महत्त्व कळेल. सेव्हन हॅबिट्समधल्या महत्त्वाच्या गोष्टी आचरणात कशाप्रकारे आणल्या पाहिजेत याचे मार्गदर्शन करून त्या पुस्तकातल्या मूल्यांचा पुरस्कार या पुस्तकाने केलेला आहे. याखेरीज छोट्या व मध्यम आकाराच्या उद्योजकांनाही आपला व्यवसाय कसा वाढवावा व त्याच्या नियोजनाची प्रक्रिया कशी असते याबद्दल चांगली माहिती उपलब्ध आहे . व्यावसायिक, उद्योगजगतात काम करणारे लोक असोत की अन्य, प्रत्येक प्रकारच्या वाचकाला मार्गदर्शन करणारी अनुभवी व्यक्ती भेटली आहे असं हे पुस्तक वाचताना नक्कीच जाणवेल.

या प्रस्तावनेचा समारोप करताना, श्री. गोरे यांच्यासारख्या व्यक्तीमुळे त्यांच्या आजुबाजूचं जग सक्षम व समर्थ होत असतं असं म्हणून मी थांबते.

आपल्याला खूप साऱ्या शुभेच्छा!

संगिता एम. रिजवानी

संचालिका, रिजवानी असोसिएट्स

एप्रिल, २०२३

***

मनोगत

बऱ्याच काळापासून आपण एक पुस्तक लिहावं असं माझ्या मनात होतं. मात्र ती वेळ यायला इतका काळ उलटून जाईल याची मला कल्पना नव्हती. म्हणतात ना, प्रत्येक गोष्ट होण्यासाठी योग्य वेळ यायची वाट पाहावी लागते, इथंही अगदी तसंच झालं.

कोणतीही घटना होण्यासाठी गोष्टी जुळून याव्या लागतात. शिवाय एखाद्या प्रकल्पासाठी वेळ काढणं कर्म कठीण असतं. आपण दैनंदिन आयुष्यामधल्या क्षुल्लक व्यापांत इतके गुंतून पडलेले असतो, की मनात असणारी काही मोठी ध्येयं साध्य करण्यासाठी वेळ काढता येत नाही. 'पुस्तक लिहिणं' ही माझ्यासाठी अशीच एक महत्त्वाची गोष्ट आहे. आपल्या आजूबाजूचे लोक आपलं निरीक्षण करत असतात, आपल्या पासून ते प्रेरणा घेत असतात, आपल्या कामाची प्रशंसा करत असतात आणि तुमचं काम मोठ्या प्रमाणात लोकांपर्यंत पोहचावं अशी त्यांची इच्छा असते. ती गोष्ट पुस्तक रूपाने उत्तम साधता येते. पण तरीही माझ्याकडून बराच काळ या लेखनप्रकल्पाकडे दुर्लक्ष झालेलं होतं. मात्र रिजवानी असोसिएटस एलएलपीच्या संचालिका संगिता रिजवानी

यांनी त्याबद्दल आग्रह धरला. मी लेखनाला सुरुवात करावी असं त्यांनी आग्रहपूर्वक सुचवलं. संगिताजी, तुमचे आभार. मी खरोखरच याबद्दल तुमचा ऋणी आहे. अखेर माझा लेखनप्रवास सुरू झाला. हळूहळू पुस्तकाला आकार येऊ लागला.

हे पुस्तक मी 'का लिहिलं' याबद्दल थोडक्यात सांगतो. लोकांना माझे अनुभव सांगणं आणि मार्गदर्शन करणं हा प्रस्तुत पुस्तकाचा प्रमुख उद्देश आहे. याखेरीज ते लिहिण्यामागचा सर्वांत महत्त्वाचा हेतू म्हणजे माझ्यासारखे जे लोक मुळात अनुभवी सल्लागार किंवा प्रशिक्षक नाहीत, त्यांना प्रेरणा देऊन पुढे हा मार्ग निवडण्यासाठी प्रवृत्त करणे हादेखील आहे. जगामध्ये कितीतरी गोष्टी दुसऱ्यांना शिकवण्यासारख्या असतात. आपल्या समाजात अनेक गुणवान आणि अनुभवी लोक आहेत. ते सल्लागार किंवा प्रशिक्षकाची भूमिका बजावून ज्ञान मिळवण्याची इच्छा असणाऱ्या लोकांना मार्गदर्शन करू शकतात. प्रस्तुत पुस्तक अशा तज्ज्ञ लोकांपर्यंत पोहोचवून त्यांनी या उत्तम प्रकारचे मानधन व समाधान देणाऱ्या व्यवसायाला सुरुवात करावी अशी मला अपेक्षा आहे. आपण दिलेल्या सल्ल्यामुळे होणारे चांगले परिणाम पाहून मिळणारं समाधान आणि आनंद कोणत्याही पैशात मोजता येण्याच्या पलीकडचा असतो. जेव्हा मी आपल्या ग्राहकाच्या ऑफिसमधून माझी प्रशंसा करणारं पत्र घेऊन बाहेर पडतो तेव्हा खूप समाधान वाटतं. आपले ग्राहक इतरांना तुम्ही कशा प्रकारे मदत केलीत, त्यांच्या उद्योगांमध्ये बदल घडवून आणला याबद्दल सांगतात, तेव्हा तुम्हाला स्वतःच्या कामाचं खरं महत्त्व कळतं.

मी जेव्हा विमा एजंट आणि त्यांचे विकास अधिकारी यांसोबत काम करायला सुरुवात केली, तेव्हा सल्ला, सेवा, प्रशिक्षण, समुपदेशन

आणि कोचिंग यांचं नवं विश्व माझ्यासमोर खुलं झालं. त्या क्षेत्रात मी गेली अनेक वर्षं काम करत आहे. त्यानंतर मला MSME (अतिलघु, लघु आणि मध्यम आकाराचे उद्योग) या जगतात काम करण्याची संधी मिळाली. भारतामध्ये देशाच्या सकल राष्ट्रीय उत्पन्नात MSMEचा वाटा ८% आहे. देशाच्या उत्पादन क्षेत्रात सुमारे ४५% वाटा अशा उद्योगांचा आहे. आपल्या निर्यातीपैकी ४५% निर्यात अशा उद्योगांकडून केली जाते. अशा आकारानं लहान असणाऱ्या उद्योगांना 'देशाच्या अर्थव्यवस्थेचा कणा' असं म्हटलं तर अतिशयोक्ती होणार नाही. त्यामधून नोकऱ्यांच्या अनेक संध्या उपलब्ध होत असतात. देशाचा मागास व ग्रामीण भाग विकसित होण्यामध्ये या उद्योगांचा मोठा वाटा आहे. सरकारच्या अहवालानुसार (२०१८-१९) आजमितीला देशात ६,०८,४१,२४५ MSME आहेत. तुम्ही जर यात MSME सोबतच असंघटित क्षेत्रातले उद्योग धरलेत, तर मग हा आकडा अगदी चक्रावून टाकण्याइतपत मोठा असल्याचं लक्षात येईल.

सगळीकडच्या MSMEमधल्या उद्योजकांचं किंवा व्यवसायाच्या मालकांचं स्वरूप साधारण सारखंच दिसतं. त्यांपैकी बहुतेक जणांची शाळेतली प्रगती सर्वसाधारणच असते किंवा ते काहीसे 'ढ'च समजले जातात. मात्र तसं असलं तरी ते नेहमीच व्यवहारचतुर, कष्टाळू आणि झपाटलेले असतात. दुर्दैवाने MSMEच्या मालकांची कधी कुठं दखल घेतली गेलेली दिसत नाही. खरेतर त्यांनी मिळवलेले यश हे अभूतपूर्व असलं, तरी फार थोड्या लोकांपर्यंत ते पोहोचतं. त्यांच्यावर कधीच प्रसिद्धीचा प्रकाशझोत पडत नाही. त्यांनी अल्पकाळातच मोठमोठे उद्योगधंदे उभारलेले असतात. कधी कधी तर त्यांच्या व्यवसायाची सुरुवात अपघातानेच होते, तर कधी कधी ती योजनाबद्ध रीतीने केलेली असते. कधी आपल्या कुटुंबाचा पारंपरिक व्यवसाय ते पुढे चालवतात.

मात्र काही काळानं त्यांना यशाची चव चाखायला मिळते. हे कधीकधी योगायोगानं घडतं, तर कधी कुणीतरी त्यांचं नाव सुचवल्यामुळे पदरात एखादी मोठी संधी येऊन पडते. ही सारी प्रगती सुरुवातीची काही वर्षं चालू राहते, मग मात्र त्यांची वाढ खुंटते. त्यांचा प्रगतीचा आलेख स्थिर व्हायला काही वर्षं किंवा एखादं दशकही लागू शकतं. दुर्दैवानं MSMEनी योग्य, प्रस्थापित व्यवस्थापद्धती अंगिकारली नाही किंवा तज्ञ व्यावसायिकांची मदत घेतली नाही, तर असे उद्योग लवकरच बंद पडतात.

जेव्हा प्रगतीचा आलेख स्थिर होतो, तेव्हा उद्योजकांसमोर उभा ठाकणारा महत्त्वाचा प्रश्न म्हणजे - "मी आता व्यवसायाची आणखी वाढ कशी करू?" इथेच सल्लागारांची भूमिका सुरू होते. दुर्दैवानं सर्वच उद्योजकांना आपल्याला व्यावसायिक सेवा लागणार आहे हे समजत नाही, मात्र त्यांनी त्या दिशेनं योग्य पावलं उचलणे जरुरीचे असते. मार्शल गोल्डस्मिथ यांच्या 'व्हॉट गॉट यू हिअर, वोन्ट गेट यू देअर' नावाच्या पुस्तकात याबद्दल त्यांनी या प्रश्नाचं विस्तारपूर्वक विचेचन केलेलं आहे. गोल्डस्मिथ म्हणतात, "तुम्ही केलेल्या भूतकाळातील कष्टाचं फळ आज तुम्हाला मिळालेलं आहे. तुम्ही आपल्या क्षेत्रात आज चांगली कामगिरी बजावत आहात. पण तुम्ही आणि भविष्यातलं मोठं यश यांमध्ये एक अडथळा आहे. कदाचित तो अगदी छोटा असेल – तुम्हाला आपल्या वागण्यातला हा दोष फारसा दिसूनही येणार नाही – मात्र केवळ ती छोटीशी गोष्ट तुम्हाला आपल्या उद्दिष्टापासून दूर ठेवते आहे." मी स्वतः उद्योजकांना आपल्यातला हा दोष सापडवायला मदत करतो. प्रस्तुत पुस्तकातही मी त्याबद्दल लिहिलेलं आहे.

या पुस्तकाच्या निमित्ताने मी वडीलबंधू डॉ. अनिल गोरे यांच्याबद्दल कृतज्ञता व्यक्त करण्याची संधी घेतो. त्यांनी अमेरिकेतल्या केंटकी

विद्यापीठातून पीएच.डी. मिळवली आहे. एके काळी ते माझे आदर्श होते. माझी प्रगती होण्यात आणि अनेक अडचणींवर मात करण्यात त्यांची मदत मोलाची ठरली आहे.

माझे मार्गदर्शक, ए.पी. रेमेडिओज यांचेही मी आभार मानतो. त्यांनी इंग्लंडमधून इंजिनीअरिंगची पदवी घेऊन पुढे झिम्बाब्वेमध्ये काम केलं. अखेर ते भारतात स्थायिक झाले. कुठल्याही पाठ्यपुस्तकात नसलेलं इंजिनीअरिंगचं ज्ञान त्यांनी मला अगदी यथायोग्य प्रकारे शिकवलं.

फादर ॲग्नेल इंजिनीअरिंग कॉलेज इथल्या फादर ओरलँडो रॉड्रिक्स यांचाही मी ऋणी आहे. वाशी इथल्या शैक्षणिक संकुलाची स्थापना व उभारणी संपूर्णपणे त्यांनीच केली आहे. पंधरा एकर पसरलेल्या या संकुलात इंग्रजी व मराठी माध्यमाच्या शाळा, पॉलिटेक्निक, इंजिनीअरिंग कॉलेज, आयटीआय, वस्तु निर्मितीकेंद्र, अनाथालय, मुलामुलींसाठीचं वसतीगृह, बिझनेस स्कूल आणि स्पोर्ट्स ॲकॅडमी आहे. त्यांच्याकडून मी प्रशासकीय कौशल्यं, खास करून मोठ्या संस्था चालवण्यासाठी आवश्यक असणारी कौशल्यं शिकून घेतली.

अविनाश गोरे हे मेकॅनिकल इंजिनीअर, एम.बी.ए (मार्केटिंग) असून त्यांनी आपलं करिअर “अल्फा लावल” या स्वीडिश कंपनी सोबत सुरू केलं. त्यांनी भारत, ऑस्ट्रेलिया, युरोप, अमेरिका यांसारख्या अनेक ठिकाणी काम केलं आहे. निवृत्त होताना ते एका अमेरिकन कंपनीचे प्रेसिडेंट होते. ते होगनास या विख्यात कंपनीच्या संचालक मंडळाचे सदस्यही आहेत. त्यांनी मला व्यवस्थापनाची मूलतत्त्वं शिकवली. त्यांचेही आभार.

आणि सर्वांत शेवटी फरडी डिसूझा – त्यांनी भारतात Land Mark

Forum स्थापन व त्याचा प्रसार करून नेत्रदीपक कामगिरी बजावली आहे. पुढे ते इंग्लंडमध्ये स्थायिक झाले. एक प्रशिक्षक म्हणून ते माझा आदर्श आहेत.

याखेरीज दोन महत्त्वाच्या संस्थांचाही मी आभारी आहे. माझ्या क्षेत्रात उत्तम कामगिरी बजावण्यासाठी त्यांनी मला संधी उपलब्ध करून दिल्या. पहिली आहे 'लक्षवेध इन्स्टिट्यूट ऑफ लीडरशीप अँन्ड एक्सलन्स' ही संस्था. जानेवारी २००८पासून वैयक्तिक आणि व्यावसायिक विकासासाठीच्या प्रशिक्षणामध्ये ही संस्था मोठ्या प्रमाणावर कृतिशील आहे.

माझ्या करिअरवर मोठा ठसा उमटवणारी दुसरी एक संस्था म्हणजे झिग झिग्लर इन्स्टिट्यूट. झिग्लर यांनी स्थापन केलेली ही संस्था वैयक्तिक विकासासाठीचे प्रशिक्षण, सादरीकरणाची कौशल्ये, विक्री, लघुउद्योजक, वक्तृत्व यांसारख्या विषयांसाठी कोचिंग देते. शिवाय त्यांचे काही खास कोर्सेस आहेत. उदा. झिग्लर स्ट्रॅटेजीज फॉर सक्सेस, झिग्लर सेल्स प्रोसेस आणि झिग्लर ट्रेन द ट्रेनर हे सगळे प्रशिक्षण कार्यक्रम 'मास्टर क्लास' म्हणून ओळखले जातात. ही अमेरिकास्थित संस्था असून तिची कार्यालये सगळ्या जगभर पसरलेली आहेत. मी झिग झिग्लर संस्थेच्या हाँगकाँग इथल्या ट्रेनिंग नंतर 'सर्टिफाइड स्ट्रॅटेजीज ऑफ सक्सेस' हे प्रमाणपत्र प्राप्त करू शकलो याचा मला विशेष आनंद वाटतो. झिग्लर इन्स्टिट्यूटमध्ये लोकांना आपल्या कामात प्रेरणा मिळावी यासाठीचं प्रशिक्षण दिलं जातं. लोकांना आपल्या वैयक्तिक व व्यावसायिक आयुष्यात सर्वोत्तम कामगिरी बजावता यावी याकरता प्रशिक्षण देणारी अग्रेसर संस्था म्हणून ही इन्स्टिट्यूट ओळखली जाते. झिग्लर संस्थेचं सर्वांत अनोखं आणि उठून दिसणारं वैशिष्ट्य म्हणजे - त्यांनी 'सेल्स' ही संकल्पना कोणालाही साध्य करता येईल अशा प्रकारे

तिची पुर्नव्याख्या केलेली आहे.. झिग्लर यांनी विक्री प्रक्रिया इतकी सोपी केली आहे, की ती वापरून प्रत्येकाला आपल्या व्यवसायात मोठं यश मिळेल याची खात्रीच वाटते. झिग झिग्लर अमेरिकेतले सर्वांत प्रभावी आणि लोकप्रिय प्रेरक वक्ते होते. प्रत्येकजण सध्यापेक्षा आणखी जास्त काहीतरी करू शकतो यावर त्यांचा विश्वास होता. त्यांनी १९७७मध्ये झिग झिग्लर कॉर्पोरेशनची स्थापना केली. आपल्या ३३ पुस्तकांमधून त्यांनी सुमारे २५ कोटी लोकांच्या जीवनावर प्रभाव टाकला आहे असं म्हणता येईल. त्यांच्या या पुस्तकांमध्ये सर्वाधिक विक्री होणारं 'सी यू अॅट द टॉप' हे पुस्तक आहे. त्याच्या आजवर २० लाख प्रती खपलेल्या आहेत. सध्या झिग यांचे पुत्र टॉम झिग्लर या संस्थेचं नेतृत्व करत आहेत. आपल्या वडिलांचा प्रेरक संदेश जगभरातल्या विजेत्यांपर्यंत पोचवण्यासाठी त्यांचे सातत्यानं प्रयत्न सुरू असतात.

आज मी बहुदा आयुष्यातल्या सर्वोत्तम टप्प्यावर आहे. माझे सल्ला सेवा, कोचिंग, प्रशिक्षण आणि मार्गदर्शन व्यवसाय माझ्या कल्पनेपेक्षाही अत्यंत उत्तम प्रकारे चालू आहेत. खरे तर मी या क्षेत्रात कधीही काम करण्याचा विचार केला नव्हता. त्यातून मला इतका आनंद मिळेल याची कल्पनाही केली नव्हती. इतरांना मदत करण्यातला आनंद व माझे अनुभव आणि ज्ञान यांचा त्यांना लाभ करून दिल्यामुळे माझ्या स्वतःच्या दुःखावर फुंकर घातली गेली आहे.

अतुल गोरे

एप्रिल, २०२३

लेखकाविषयी

"लोकांकडे कधी पूर्वग्रहदूषित नजरेनं पाहू नका,

जीवनात त्यांना कोणती लढाई लढावी लागते आहे,

हे आपल्याला ठाऊक नसतं."

- अज्ञात

लोकांवर टिकाटिप्पणी करणं तसं सोपं असतं. मात्र एखाद्या हिऱ्याला येणारी चमक त्याला ज्या कठीण परिस्थितीतून जावं लागतं त्यामुळे पडणाऱ्या पैलूमुळे प्राप्त झालेली असते. आपल्याला ती गोष्ट कधी दिसत नाही. एखादा खेळाडू ज्या प्रकारचा त्रास, वेदना किंवा मानसिक द्वंद्व यांना सामोरा जात असतो, ते आपल्याला कधी दिसत नाही. आपल्याला दिसत ते त्याने मिळवलेल यश.

माझी गोष्टही यापेक्षा काही वेगळी नाही.

माझं मूळ गाव वाई. या गावाला विराटनगरी या नावानेही ओळखलं

जात असे. पांडव जेव्हा अज्ञातवासात होते, तेव्हा ते वाई इथल्या विराट राजाच्या आश्रयाला राहिले होते. पूर्वी हे गाव सातारा आणि कोल्हापूर या दिशेनं जाणाऱ्या व्यापाऱ्यांकरता, तसंच कोकणातल्या बंदराच्या दृष्टीनंही एक महत्त्वाचं उद्योग व व्यापारकेंद्र होतं. वाई सातारा शहरापासून ३५ किलोमीटर अंतरावर वसलेलं आहे. या गावात शंभर एक मंदिरं असल्यानं व ते नदी किनारी वसल्याने एक तीर्थक्षेत्र आहे. यांपैकी बहुसंख्य मंदिरं हेमाडपंथी पद्धतीनं बांधलेली आहेत, म्हणजे इथं भलेमोठे दगड कुठलंही सिमेंट वाळूचं मिश्रण न वापरता एकावर एक रचून भव्य रचना तयार केलेली आहे. मी या सुंदर गावात राहत असलो, तरी माझं बालपण अजिबातच सुंदर नव्हतं.

मी आईला पोटात असल्यापासूनच तिला नको असलेलं मूल होतो. एरवी बाळांना जन्म घ्यायला जेवढा कालावधी लागतो, त्यापेक्षा माझा जन्म महिनाभर उशीराच झाला. तेव्हाच्या काळात कुटुंबनियोजन ही संकल्पनाच अस्तित्वात नव्हती. त्या काळात त्याबद्दल बोललंदेखील जात नसे. अशा काळात माझी आई आपल्या उदरात मला एकीकडे वाढवत होती, मात्र त्याचवेळी आपल्याला मूल होऊ नये याकरताची उपाययोजनाही करत होती. त्यातून तिच्या तब्येतीचं नुकसान तर झालंच, पण मी पोटात असताना तिनं केलेल्या या भलत्या, सलत्या उपाययोजनांचा माझ्या वर अनिष्ट परिणाम झाला. जन्मझाल्यावर माझी त्वचा अगदी गडद रंगाची होती. माझी प्रकृतीही तोळा मासाच होती. सुदैवानं पुढे बारा वर्षाचा होईपर्यंत ती सुधारत गेली.

पुढे माझी चांगली प्रगती होण्यामागे वडिलांच्या उत्साहाचा, उद्योजकतेचा अनुवंशिक गुण मोठ्या प्रमाणावर कामी आला. मी केलेल्या वेगवेगळ्या गोष्टींमध्ये तो पुनःपुन्हा दिसून आला. माझे वडील महत्त्वाकांक्षी आणि चंचल मनोवृत्तीचे असले, तरी त्यांना आयुष्यात

मोठी प्रगती करण्याची अगदी मनापासूनची इच्छा होती. उलट माझी आई त्यांना नवनवी साहसं करण्यापासून रोखत असे. त्यांना वेगवेगळ्या व्यवसायांमध्ये अपयश आल्यामुळे आमच्या कुटुंबाच्या परिस्थितीवरही विपरित परिणाम झाला. माझ्या वडिलांनी त्या काळात सिव्हिल इंजिनीअरिंगचा डिप्लोमा केला असला, तरी एखाद्या पदवीधर इंजिनीअरकडे ते आदराने पाहत असत. सुरुवातीला त्यांनी पाटबंधारे विभागात नोकरी केली. पुढं निवृत्त होईपर्यंत ते राज्य परिवहन मंडळात काम करत राहिले. काम करत असताना समोरच्या व्यक्तीकडे जर इंजिनिअरिंग मधील पदवी असेल, तर त्यांना न्यूनगंड वाटे. नोकरीमुळे त्यांच्या महाराष्ट्रभर बदल्या होत असत. कुटुंबालाही त्यांच्यासोबत जावे लागे. शिक्षण पूर्ण होईपर्यंत मी वेगवेगळ्या सहा शाळा आणि चार कॉलेजांच्या पायऱ्या चढलो.

कुटुंबात आम्ही चार भावंडं. प्रत्येकानं आपापली वेगळी जागा निर्माण केली होती... फक्त माझा अपवाद वगळता. माझी नाजूक तब्येत हा नेहमीच सगळ्यांच्या चर्चेचा आणि काळजीचा विषय असायचा. सतत तिचा उल्लेख होत राहिल्यानं मोठा होत असताना माझ्याही विचारपद्धतीवर अनिष्ट परिणाम झाला. माझा आत्मविश्वास खच्ची होण्याची, निर्णय न घेऊ शकण्याच्या वृत्तीची किंवा संकोची स्वभावाची पायाभरणी इथंच झाली. माझा सर्वांत थोरला भाऊ बुद्धिमान होता. त्याला सगळेजण 'पंडित' असं म्हणत असत. त्याच्या नंतर जन्मलेली माझी बहीण वडिलांची सर्वांत लाडकी होती. मी तिसरं अपत्य होतो. कुटुंबातल्या प्रत्येकालाच माझ्या नाजूक तब्येतीमुळे मी आयुष्यात काही साध्य करू शकेन की नाही याबद्दल शंका वाटायची. त्यांची माझ्याबाबत वाटणारी ही काळजी आणि त्यांनी सतत तसं बोलून दाखवणं यांमुळे माझा आत्मविश्वास खचत गेला. मी कायम लोकांचं

लक्ष वेधून घेण्याचा, त्यांनी आपली प्रशंसा करावी यासाठी वेगवेगळे प्रयत्न करत राहायचो.

मात्र जसजशी वर्षे पुढे जाऊ लागली, तसतसा मी अभ्यासात चांगली प्रगती करू लागलो. मुंबईतल्या व्हीजेटीआय या अत्यंत नामांकित इंजिनीअरिंग कॉलेजमधून मी प्रथमश्रेणीत पदवी मिळवली. मग माझ्या वडिलांनी महाराष्ट्र सरकारच्या राज्य परिवहन मंडळात नोकरी करण्याबद्दल विचारलं. त्यांना इंजिनीअरिंगची पदवी घेतलेल्या आपल्या मुलाला अभिमानानं मिरवायचं होतं. आज मी जेव्हा त्याबद्दल विचार करतो, तेव्हा वडिलांचं स्वप्न पूर्ण केल्याचं मला समाधान वाटतं. मग माझ्या आयुष्याला एक कलाटणी देणारा टप्पा आला. वडिलांनी मला बांधकाम व्यवसाय सुरू करायला प्रोत्साहन दिल. त्या व्यवसायात वडील मला सल्लाही देत असत. पण ती गोष्ट मात्र मला आवडायची नाही, कारण मुळात वडील त्यांनी सुरू केलेल्या व्यवसायांमध्ये कधीच यशस्वी होऊ शकले नव्हते. त्यातच माझा 'परफेक्शनिस्ट' दृष्टिकोन आमच्या व्यवसायाच्या वाढीला अडथळा ठरू लागला. अखेर मी तो व्यवसाय अत्यंत दुर्दैवी रीतीने बंद केला.

अशा प्रकारे माझ्या उद्योजकीय आयुष्याची सुरुवात अपयशापासून झाल्यानं माझा आत्मविश्वास पारच खच्ची झाला. त्यातच अगदी तरुणपणात माझे केस मोठ्या प्रमाणावर गळू लागल्यानं वैयक्तिक पातळीवरही मी अगदी हतबल झालो. असं टक्कल पडू लागल्यामुळे माझा न्यूनगंड आणखीच वाढला.आईच्या पोटात असताना करण्यात आलेल्या चुकीच्या उपाययोजनांमुळे हे झालेलं असाव. जसजसं माझं वय वाढू लागलं, तसतशी माझ्यात असणारी कमी रोगप्रतिकारशक्ती नव्या आजारांना आणि टक्कल पडण्याला खतपाणीच घालू लागली म्हणा ना. त्या काळात माझ्या मनाला सतत असुरक्षिततेच्या भावनेनं

ग्रासलेलं असे, मनात कायम विचारांचं मोहोळ उठलेलं असे. आता आणखी उशीर होण्यापूर्वी आपण लग्न करून टाकावं असा विचार माझ्या मनात प्रकर्षानं येऊ लागला.

माझं लग्न आणि त्यानंतरचा काळ हा आयुष्यातला सर्वाधिक वेदनादायक काळ म्हणता येईल. त्यात नंतर खूपच गुंतागुंत झाली होती. माझी पत्नी अत्यंत उच्चशिक्षित (बी.टेक.) होती. नंतर तिनं आयआयटी मुंबई इथून इंजिनीअरिंगमध्ये पीएच.डीदेखील केली. त्या वेळचा आमचा विचार काळाच्या बऱ्याच पुढचा होता. आपलं स्वतःचं मूल होऊ देण्यासोबतच, आपण एक मुलगीही दत्तक घ्यावी असं मला वाटत होतं. मात्र माझ्या पत्नीला लहान मुलांचं संगोपन व देखभाल करण्यात स्वतःला कायम गुंतवून घ्यायचं नव्हतं. त्यामुळे तिनं आपण दत्तक घेताना लहान बाळाऐवजी थोडी मोठी मुलगीच दत्तक घ्यावी असा हट्ट धरला. मीही त्या पुढे मान तुकवली.

आमचं वैवाहिक जीवन ताणतणावांनी भरलेलं होतं. माझी आणि पत्नीची सतत भांडणं होत असत. आमचं सहजीवन सुखाचं नव्हतं. मुलगी दत्तक घेण्याचा निर्णयही चुकीचा ठरला. कारण मला सततच तिचा निष्क्रियपणा, दुर्वर्तन आणि आक्रस्तळेपणा यांबद्दलच्या पत्नीकडून तक्रारी ऐकून घ्याव्या लागत. घरामध्ये कायम अशांतता नांदत असे. आमची भांडणं इतक्या पराकोटीला जात असत की शेवटी मी घटस्फोटासाठी अर्ज केला.

जसजसा काळ उलटला, तसतसं या तणावामागचं मूळ कारण, खास करून मी आणि पत्नी यांमधल्या भांडणाचं कारण माझ्या लक्षात आलं. ते आमचे स्वभाव आणि भावनिक बुद्ध्यांक यात दडलेलं होतं. माझे मित्र आणि नातेवाईक असणारे नामवंत मानसोपचार तज्ज्ञ डॉ. राजेंद्र

बर्वे यांनी आमचे स्वभाव दोन टोकाचे आहेत असं सांगितलं. त्यांनी मला सल्ला दिला की - एकतर मी या परिस्थितीचा स्वीकार करून त्यात राहावं किंवा त्यातून पूर्णत: बाहेर पडावं. अखेर मी पत्नीच्या आयुष्यातून बाहेर पडण्याचा निर्णय घेतला. माझ्याकडे असणारी सर्व संपत्ती मी तिला दिली. आमची दत्तक मुलगी सोनाली माझ्याबरोबर राहायला आली. मात्र पुढे माझ्या जीवनातल्या काही घटनांनी अगदी अनपेक्षित वळण घेतलं. परिणामत: तीही मला सोडून गेली. आता मी समाधानाने, पण एकटाच राहतो आहे .

या सगळ्या भावनिक वादळांच्या दरम्यान माझ्या व्यावसायिक जीवनाला मात्र चांगला आकार येऊ लागला होता. परमेश्वरानं आपल्यासाठी काही वेगळीच योजना आखलेली असते हेच खरं. तो माझ्यासाठी काही नवे दरवाजे अनपेक्षितपणे उघडत होता.

त्या वेळी माझ्या चुलत भावानं मला एक पुस्तक भेट दिलं. ते होतं स्टिव्हन कव्ही यांचं 'सेव्हन हॅबिट्स ऑफ हायली इफेक्टीव्ह पीपल'! ते पुस्तक वाचून माझं आयुष्य कायमचं बदललं. त्या पुस्तकातला एक महत्त्वाचा धडा म्हणजे आपण एखादी गोष्ट वाचली की ती ४८ तासांच्या आत इतरांना शिकवावी. लेखक म्हणतो, "तुम्हाला एखादी गोष्ट समजावून घ्यायची असेल, तर तुम्ही ती इतरांना शिकवा." मीदेखील माझ्या पद्धतीनं ते आचरणात आणायला सुरुवात केली. माझे मित्र आणि आजूबाजूचे लोक या सगळ्यांनाच माझी शिकवण आणि समजावून सांगण्याची पद्धत आवडू लागली. त्यातूनच इंजिनीअरिंग आणि विमा उद्योगातल्या कंपन्यांमधे सल्ला सेवा आणि प्रशिक्षण यांसाठीच्या अनेक संधींची दारं खुली झाली. विमाउद्योगात तर मला एक मोठं यश मिळालं. माझ्या एका विद्यार्थ्याला अमेरिकेत असणाऱ्या MDRT(Million Dollar Round Table, अधिक माहितीसाठी:

https://www.mdrt.org)मध्ये सहभागी होण्याचा सन्मान मिळाला. तिथपासून मग मला वेगवेगळ्या गटांचं कोचिंग करण्याच्या संधी मिळू लागल्या. मी खास त्यांच्यासाठी नवनव्या कोर्सेसची म्हणजे कस्टमाइज्ड पद्धतीची रचना करू लागलो. मग मी कधी मागे वळून पाहिलंच नाही.

पुढे एकदा मला एका स्वयंसेवी संस्था चालवणाऱ्या मैत्रिणीकडून महत्त्वाचा धडा शिकायला मिळाला. एकदा मी तिच्याकडे आयुष्यात लोक कसे आपल्याबद्दल कृतज्ञता बाळगत नाहीत याबद्दल तक्रार करत होतो. अगदी माझ्या दत्तक मुलीनेदेखील नंतर माझी साथ सोडून दिली होती. माझ्या स्वतःच्या मुलीवर, सावित्रीवर तिच्या आईचा इतका प्रभाव होता की आमच्यामध्ये कधी प्रेमाचा बंधच निर्माण होऊ शकला नाही. आज मात्र माझं आणि सावित्रीचं घट्ट नातं झालं आहे ती गोष्ट वेगळी. पत्नीचं तर माझ्यासोबत कधीच पटलं नव्हतं. मला जेव्हा असं हरल्यासारखं वाटत होतं, तेव्हा त्या मैत्रिणीनं तिच्या आयुष्यातली एक सत्य गोष्ट सांगितली. 'आपण आजवर हजारो मुलींना मदत केली आहे, पण त्यांपैकी कुणीही नंतर येऊन आभार मानले नाहीत' हे कटू सत्य तिनं उघड केलं. माझ्या पराभूत मानसिकतेला तिनं हसून उडवून लावलं. केवळ भविष्याकडे नजर ठेवायला आणि इतरांना मदत करायला तिने सांगितलं. तिच्या या बोलण्यामुळे मला पुढची दिशा मिळाली.

आज मी प्रशिक्षक, समुपदेशक, सल्लागार आणि मार्गदर्शक म्हणून काम करतो. केवळ माझा अनुभव आणि वय यांमुळेच नव्हे, तर वैयक्तिक आणि व्यावसायिक आयुष्यात मी ज्या संकटांना सामोरा गेलो आहे, त्यांमुळे मी समोरच्या व्यक्तीच्या भूमिकेत शिरून नेमकं काय घडत असेल, याचा विचार करू शकतो. आज ज्या लोकांना भावनिक,

शारीरिक किंवा अगदी आध्यात्मिक पातळीवरच्याही अडचणींना सामोरं जावं लागत असतं, त्यांच्या आयुष्यात मी शांतता आणतो, त्यांच्या अडचणी कमी करतो. मग अडचण त्यांच्या वैयक्तिक आयुष्यात असो की व्यावसायिक.

एखादं जहाज बंदरात असतं तेव्हा ते सर्वांत सुरक्षित असतं. मात्र कायम बंदरात सुरक्षित ठेवणं हा ते जहाज बांधण्यामागचा उद्देश नसतो. त्यानं खुल्या समुद्रात प्रवासाला गेलं पाहिजे. अगदी तसंच आपणही जीवनातल्या लढायांना सामोरं गेलं पाहिजे. समोर येणाऱ्या संकटाच्या डोळ्याला डोळा भिडवून त्याचा सामना केला पाहिजे. याबद्दल माझ्यापेक्षा अधिक चांगलं दुसऱ्या कोणाला ठाऊक असणार.

- अतुल गोरे

***

अनुक्रम

हे पुस्तक वापरण्यासाठीच्या सूचना

समुपदेशक, समुपदेशनाची गरज असणारे लोक, प्रशिक्षक आणि उद्योजक यांनी प्रस्तुत पुस्तक एक संदर्भपुस्तिका (नियमित काळाने संदर्भ पाहण्यासाठी) म्हणून वापरावे. प्रत्येक प्रकरणाच्या शेवटी काही प्रश्न दिलेले आहेत. कृपया त्यांची उत्तरे पेन्सिलने लिहावी. याचं कारण काही काळाने तुमची उत्तरे बदलू शकतात. कृपया हे पुस्तक एखादा कथासंग्रह किंवा कादंबरी असल्यासारखे वाचू नये.

श्री. गोरे, तुम्ही देत असलेल्या सेवांचे फी तुम्ही कशी आकारता?

"तुम्ही भरता ती किंमत असते आणि तुम्हाला जे मिळते ते मूल्य असते,"

-वॉरन बफे

मला स्वत:च्या वेळेचे मूल्य सर्वांत जास्त वाटते. मी घेत असलेल्या फीमधून हीच गोष्ट दिसून येते. मला एखाद्या ग्राहकाला जितक्या वेळा भेट द्यावी लागेल, तितके अधिक पैसे त्यांना माझ्यावर खर्च करावे लागतील. मी देत असलेल्या सेवांमागे प्रामुख्याने पैशाचा विचार नसतो. मात्र सगळ्यांनाच आपापले खर्च भागवायचे असतात, तसे ते मलाही भागवावे लागतात. अर्थातच त्यासाठी पैसे लागतात. मात्र याआधी सांगितल्याप्रमाणे मी केवळ अपघातानेच या व्यवसायात आलो आणि नंतर त्याचा आनंद घेऊ लागलो. आपण लोकांच्या आयुष्याचा कायापालट करू शकतो, ही त्यातली सर्वांत महत्त्वाची समाधान देणारी बाब होती. इथे माझे वैयक्तिक अनुभव आणि व्यावसायिक पार्श्वभूमी

माझ्या मदतीला आली आणि मला मनातले उद्देश गाठता आले.

मी दिलेल्या सल्लासेवेसाठीच्या १० प्रस्तावांपैकी ७ प्रस्ताव स्वीकारले जातात व माझी सल्लागार म्हणुन निवड केली जाते हे सांगायला मला अभिमान वाटतो आहे. कंपनीचे अंतिम उद्देश नेमके काय आहेत हे ठाऊक असणे मला महत्त्वाचे वाटत आलेले आहे. अशी अपेक्षित उद्दिष्टे साध्य करण्याकरता ग्राहकावर किती वेळ खर्च करावा लागणार आहे याचा अंदाज मला येतो. एकदा का अशी उद्दिष्टे नीटपणे कळली, की ग्राहकाला सल्ला फी कळवता येते.

****

मी या व्यवसायात योगायोगाने आलो आणि त्याचा आनंद लुटू लागलो. यातला सर्वात महत्वाची, मनाला समाधान देणारी बाब म्हणजे मी लोकांची आयुष्ये बदलू शकलो.

****

वाचकासाठी प्रश्न :

१. तुम्ही या आधी स्वतःसाठी कधी सल्लागार, किंवा प्रशिक्षक नियुक्त केला होता का?

२. तुमचा पूर्वीचा अनुभव काय आहे?

३. प्रशिक्षकाला अंतिम उद्देश स्पष्टपणे सांगण्यात आलेले होते का?

४. त्या उद्दिष्टांकडच्या वाटचालीचे नीटपणे निरीक्षण केले गेले होते का?

***

ग्राहक म्हणून माझी भूमिका कोणती आहे? मी काय करणे अपेक्षित आहे?

"तुम्ही एखादी गोष्ट प्रक्रिया म्हणून कशी करता याचे वर्णन जर तुम्हाला करता येत नसेल, तर तुम्ही काय करता आहात हे तुम्हाला ठाऊक नसते."

- डब्ल्यू. एडवर्ड्स डेमिंग

जेव्हा आमचे एक मत होते, तेव्हा ग्राहक उत्साहानं हाच प्रश्न विचारतात. माझी नेमकी भूमिका काय असेल? माझ्याकडून काय अपेक्षित आहे? मला या गोष्टीवर किती वेळ खर्च करावा लागेल? कुठल्याही माणसाला अंतिम फळ हवं असतं आणि दरम्यानची प्रक्रिया मात्र नको असते. मी नेहमीच विनोदानं मित्रांना आणि सहकाऱ्यांना म्हणतो, समजा आपल्याला तब्येत कमवायची असेल, तर मग आपण दुसऱ्या कोणाला तरी जिमला पाठवून चालेल का? त्याचा फायदा होईल का? या करता होणारा त्रास, कराव्या लागणाऱ्या प्रक्रिया, बदल, द्यावा लागणारा वेळ प्रत्येकालाच नकोसा वाटतो. आपल्यापैकी प्रत्येकालाच थेट फळाची

अपेक्षा असते. मात्र हातोड्याचा घाव नेमका कुठं घालायचा हे ठाऊक असणं अधिक महत्त्वाचं आहे, तो किती जोराने आणि ताकतीनिशी मारता येतो हे कमी महत्त्वाचं असतं.

अशा प्रकारे अंतिम उद्देश साध्य करण्याची माझी प्रक्रिया 'थिअरी ऑफ कन्सट्रेंट्स' या कार्यपद्धतीवर आधारित आहे.

****

कोणालाच कष्ट, प्रक्रिया, यामध्ये रस नसतो. आपल्याला केवळ अंतिम उद्देश साध्य करायचं असतं.

****

एखादा उद्देश साध्य करण्यासाठी मार्गात येणारा अडथळा ओळखायला 'थिअरी ऑफ कन्सट्रेंट्स' ही कार्यपद्धती वापरून मदत होते. त्यातून मग पद्धतशीरपणे सुधारणा करत जाऊन तो अडथळा कार्यप्रणालीला मर्यादित करणारा घटक राहणार नाही याची खात्री करून घेता येते. उत्पादन क्षेत्रात अशा प्रकारच्या अडथळ्याला नेहमीच 'बॉटल नेक' म्हटलं जातं. थिअरी ऑफ कन्सट्रेंट्स (TOC) हे व्यवस्थापनाचं तत्त्वज्ञान एलियाहू एम. गोल्डरॅट यांनी आपल्या १९८४च्या 'द गोल : अ प्रोसेस ऑफ ऑनगोईंग इम्प्रूव्हमेंट' या कादंबरीत मांडलं आहे. एखाद्या यंत्रणेमधले अडथळे ओळखून व ते दूर करून कंपन्यांना वा संस्थांना आपली ध्येये साध्य करता येतील असं गोल्डरॅट यांनी सुचवलं होतं.

माझी नियुक्ती झाली की मी प्रश्नाच्या मुख्य गाभ्याला हात घालतो.

आम्ही त्या कंपनी किंवा संस्थेतल्या सध्याच्या कार्य यंत्रणा, प्रक्रिया, तिथले व्यवहार, त्या उद्योगक्षेत्राच्या कार्यपद्धती, इ.चा अभ्यास करण्यात बराच वेळ खर्च करतो आणि मुख्य अडथळ्याच्या मुळाशी जाण्याचा प्रयत्न करतो. अनेकदा तर आम्हाला जी गोष्ट सांगण्यात आलेली असते, त्यापेक्षा वेगळ्याच ठिकाणी कुठेतरी प्रश्नाचे उत्तर दडलेले असते. ते उलगडून सांगावे लागतं, मग त्या प्रश्नाला भिडून प्राधान्याने त्यावर उत्तर काढावे लागते.

****

माझी नियुक्ती झाली की मी प्रश्नाच्या गाभ्याला हात घालतो. आम्ही त्या कंपनी किंवा संस्थेतल्या सध्याच्या कार्य यंत्रणा, प्रक्रिया, तिथले व्यवहार त्या उद्योगक्षेत्राच्या कार्यपद्धती, इ.चा अभ्यास करण्यात बराच वेळ घालवतो आणि मुख्य अडथळ्याच्या मुळाशी जाण्याचा प्रयत्न करतो.

****

जसजसे आम्ही पुढे जाऊ, तसतसे नवीन अडथळेही दिसू लागतात. कधी ते आधीच्या अडथळ्याशी संबंधित व गंभीर असतात, तर कधी कमी गंभीर असतात. कधी कधी तर ते अगदी वेगळ्याच प्रकारचेही असू शकतात – या साऱ्यांची उत्तरं एकत्रितपणे किंवा एका पाठोपाठ एक अशा प्रकारे शोधावी लागतात.

कालांतराने ग्राहकाला माझ्याकडून एक कार्य प्रक्रिया मिळते. एक दीर्घकाळ चालू राहणारी कामाची पद्धत. उत्तम शैक्षणिक पात्रता असलेल्या लोकांसमवेत कोणतीही कार्यपद्धती न वापरता काम

करण्यापेक्षा तुमच्यासोबत असणाऱ्या कमी बौद्धिक क्षमतेच्या लोकांकडून अशा मजबूत कार्य यंत्रणेद्वारे व्यवस्थापन करता येईल. त्यातून मिळालेले उत्तर समृद्धिकडे घेऊन जाईल.

एकदा का हे पायाभूत काम झाले की मग कार्यपद्धतीची प्रत्यक्ष अंमलबजावणी आणि प्रक्रियांचे लक्षपूर्वक पालन करणे हीच महत्त्वाची गोष्ट असते. ग्राहकाकडून नेमके हेच अपेक्षित आहे. प्रत्येकाने प्रक्रियेवर दृढ विश्वास ठेवला पाहिजे. त्याचे परिणाम मिळतातच.

****

उत्तम शैक्षणिक पात्रता असलेल्या लोकांसमवेत कोणतीही कार्यपद्धती न वापरता काम करण्यापेक्षा तुमच्यासोबत असणाऱ्या कमी बौद्धिक क्षमतेच्या लोकांकडून अशा मजबूत कार्य यंत्रणेद्वारे व्यवस्थापन करता येईल. MSME क्षेत्रात दुसऱ्याच प्रकारचे मनुष्यबळ उपलब्ध असते.

****

वाचकासाठी प्रश्न

१) कोणत्या गोष्टीमुळे तुमची झोप उडालेली आहे? कोणती गोष्ट मुख्य अडथळा आहे असे तुम्हाला वाटतं?

२) आपल्या व्यवसायावर नियंत्रण ठेवण्यासाठी व त्याचे व्यवस्थापन करण्यासाठी तुमच्या कोणत्या सर्वांत महत्त्वाच्या कार्यपद्धती किंवा रिपोर्टिंगच्या पद्धती आहेत?

३) तुमच्या कंपनीच्या कोणत्या विभागात तुम्ही सर्वाधिक वेळ घालवता? का?

***

आमचे सल्लागार म्हणून, तुम्ही अंतिम परिणामांसाठी जबाबदार असाल का ?

"तुम्ही जर केवळ अंतिम परिणामांवर लक्ष केंद्रित केलंत, तर तुम्ही कधीच बदलणार नाही. जर तुम्ही बदलांवर लक्ष केंद्रित केलंत, तर तुम्हाला हवे तसे परिणाम आपसूकच मिळतील."

- जॅक डिक्सन

सुरुवातीला उपलब्ध सल्लागारामधून आमची निवड केल्यानंतर जेव्हा नव्या ग्राहकाला आमची माहिती कळते आणि तो आम्हाला मीटिंगसाठी बोलावतो, तेव्हा त्याच्या मनात हा प्रश्न उभा राहातो.

माणसाची नैसर्गिक प्रवृत्ती अंतिम परिणामाकडे लक्ष देण्याची असते. आधी काय होते आणि शेवटी काय झाले या विचाराने प्रत्येक जण जागृत असतो. अनेकदा माझ्या वयाचा मान राखून ग्राहक मला हा प्रश्न

थेटपणे आमनेसामने विचारत नाहीत. मात्र हा एक महत्त्वाचा प्रश्न आहे हे मान्य केलेच पाहिजे.

आमच्याबद्दलची माहिती देण्याच्या चर्चेदरम्यान मी त्यांना सांगतो, 'माझी नियुक्ती करणे हे तुमच्या हातात आहे, पण बाहेर केव्हा पडायचं हे मी ठरवतो.' मी त्यांना असं का सांगत असेन? 'बाहेर कधी पडायचं ते मी ठरवतो' या वाक्यामधून माझा आत्मविश्वास, निर्धार आणि मी राबवत असलेल्या प्रक्रिया व त्यांचे आदर्श मापन (Benchmarks) यांबद्दल ग्राहक खूप काही समजून जातो. मी ग्राहकाला सांगतो, की एकदा का मी सगळ्या पद्धती आणि कार्ययंत्रणा व्यवस्थितपणे चालत असल्याबद्दल समाधानी झालो, त्या अगदी नियमितपणे वापरल्या जात असल्याचं मला दिसलं आणि इच्छित परिणाम दिसून आले, की आता आपली भूमिका संपली हे मला कळतं.

****

आमच्याबद्दलची माहिती देण्याच्या चर्चेदरम्यान मी त्यांना सांगतो, 'माझी नियुक्ती करणे हे तुमच्या हातात आहे, पण बाहेर केव्हा पडायचं हे मी ठरवतो.

****

थोडक्यात सांगायचं तर, जोपर्यंत तुम्हाला अपेक्षित परिणाम दिसत नाहीत, तोवर मी तुमची साथ सोडणार नाही. त्यासोबत मी स्वतःला ग्राहकावर लादणार नाही किंवा ओझं होऊ देणार नाही. मात्र ग्राहकांचा माझ्यावर विश्वास असावा याकरता कामाची विशिष्ठ पद्धत असणं जरूरीचं आहे. मी नेहमीच स्वतःला ग्राहकांच्या जागी ठेवून पाहतो

आणि त्यानुसार हाती घेतलेलं काम पुढे पुढे नेतो. याकरताची एक पद्धत म्हणजे संपूर्णपणे ग्राहकाच्या सोबत राहणे (हँडहोल्डिंग करणे). दुसऱ्याला उपदेश करणं आणि त्यानं काय करावे हे सांगणे तसे सोपे असते, खांद्याला खांदा लावून लढाईला उतरणं कठीण असतं. मी स्वतः युद्धाला सामोरं जाणं पसंत करतो. म्हणजे मी साऱ्या कामांमध्ये स्वतःला इतकं खोलवर गुंतवून घेतो, की त्या सगळ्या प्रक्रियेचा मी भागच बनतो.

कामामध्ये अशा प्रकारची गुंतवणूक ही केवळ ग्राहकावर छाप पाडण्यासाठी केलेली नसते, तर मला खरोखरच त्या प्रश्नांच्या मुळापर्यंत जाऊन त्यांना भिडायला आवडतं. शिवाय याबाबत आम्ही ज्या ज्या कृती करतो त्यांची ग्राहकाला पूर्णपणे कल्पना दिलेली असते. आम्ही प्रगती कशी होते आहे हे पाहण्यासाठी ज्या आढावा (रिव्ह्यू) बैठका घेतो त्यात ग्राहकाने हजर राहावं असा माझा आग्रह असतो. अर्थात हे दरवेळी शक्य होत नाही आणि ते व्यावहारिकदृष्ट्याही शक्य नसतं. पुढे पुढे जात असताना, निर्धारित केलेली लहान व मोठे टप्पे यांची नोंद घेणे, तसेच मिळालेले यश साजरे करणे या गोष्टी आपण केल्या पाहिजेत. एकंदर मोठं, व्यापक चित्र काय आहे हे जरी सर्वांत महत्त्वाचं असलं, तरी आपण लहान लहान यशांकडे दुर्लक्ष करून चालणार नाही.

****

मी नेहमीच स्वतःला ग्राहकाच्या जागी ठेवून पाहतो आणि त्यानुसार हाती घेतलेलं काम पुढे पुढे नेतो. याकरताची एक पद्धत म्हणजे ग्राहकासोबत, संपूर्णपणे राहणे (म्हणजेच त्याच्यासोबत हँडहोल्डिंग करणे).

****

“एक हजार मैलांच्या प्रवासाची सुरुवात करण्यासाठी प्रथम एक पाऊल तरी उचलावं लागतं” अशी एक लोकप्रिय चिनी म्हण आहे. या म्हणीतून “अगदी दीर्घ आणि अगदी कठीण गोष्टींचादेखील एक प्रारंभबिंदू असतो, पहिलं पाऊल उचलून तिची सुरुवात करता येते” अशी शिकवण आपल्याला मिळते.

****

वाचकासाठी प्रश्न

१) आपल्याला व्यावसायिक सल्ल्याची आवश्यकता आहे या गोष्टीची तुम्हाला जाणीव आहे का?

२) याचं उत्तर होय असल्यास कोणत्या क्षेत्रात तुम्हाला नवे बदल घडवून आणायचे आहेत ?

३) व्यावहारिक वास्तवाचा विचार करून किती काळात असे नवे बदल घडून आलेले तुम्हाला आवडतील ?

४) तुमची माझ्यासारख्या एखाद्या बाहेरच्या व्यक्तीला आपल्या कंपनीमधले प्रश्न शोधून काढण्यासाठी अभ्यास करू देण्याची परवानगी आहे का?

माझ्या व्यवसायातल्या कुठल्या क्षेत्रात तुम्ही सुधारणा कराल? – ग्राहक

“मनाला शिक्षण न देता केवळ बुद्धीला शिक्षित करणे हे खरे शिक्षण नव्हे”

- ॲरिस्टॉटल

मी उद्योजक सल्लागार आहे, ‘जनरलिस्ट’ आहे. वैद्यकीय क्षेत्रात जसे जनरल प्रॅक्टिशनर असतात, तसा मी व्यवस्थापन आणि व्यवसायाच्या कार्यपद्धती यांमधला ‘जनरलिस्ट’ आहे.

माझी कामाची पद्धत कशी आहे हे ग्राहकांना समजावे याकरता मी एक ‘जनरलिस्ट’ म्हणून काम करतो हे त्यांना समजणं महत्त्वाचं आहे.

जरी मी अनुभवी असलो, आणि मी पूर्वी अनेक ग्राहकासोबत काम केलेले असले, तरी मी अंतिमतः हवे असलेले परिणाम कशाप्रकारे घडवून आणतो?

आधी उल्लेख केल्याप्रमाणे माझे मुख्यतः ग्राहक MSME क्षेत्रातले उद्योजक असतात. सुरुवातीला त्यांचा उत्साह संपला आणि त्यांना प्रोत्साहन देणारे नातेवाइक आणि मित्र थंड झाले, त्यांच्याकडच्या

नव्या कल्पना संपल्या की मग त्यांना आमच्या सेवांची गरज लागते.

****

माझी कामाची पद्धत कशी आहे हे ग्राहकांना समजावं याकरता मी एक जनरलिस्ट म्हणून काम करतो हे त्यांना समजणं महत्त्वाचं आहे.

****

माझी माहिती देण्यासाठीच्या प्रारंभीच्या बैठकीमध्ये कामाचं एकंदरित स्वरूप समजावून घेण्यासाठी असते. संवाद स्थिरावू लागल्यानंतर व्यावसायिक गोष्टींबद्दलही चर्चा सुरू होते. मग ग्राहकाला मी त्यांचा प्रश्न कशा प्रकारे सोडवणार आहे हे जाणून घ्यायची उत्सुकता सुरू होते. जगात कोणीच अगदी अचूकपणे काम करणारे, व्यवसायातल्या प्रत्येक घटकाची खडानं खडा माहिती किंवा ज्ञान असलेले असू शकत नाही. यात मानव संसाधन, अर्थकारण, विपणन (एचआर, फायनान्स, अकाउंट्स, सेल्स आणि मार्केटिंग), माहिती तंत्रज्ञान, उत्पादन आणि निर्माण (ऑपरेशन्स) यासारखी वेगवेगळी क्षेत्रे आली. उद्योगाचा प्रकार कुठलाही असो, सामान्यतः प्रत्येक कंपनीत ही महत्त्वाची कार्यक्षेत्रे असतात.

मी इंजिनीअर आहे आणि व्यवसायाच्या तांत्रिक बाजूंची मला अधिक चांगल्या प्रकारे माहिती आहे. सोबतच विपणन (सेल्स आणि मार्केटिंग) या विषयांमधल्या माझ्या आवडीमुळे मी त्या क्षेत्रातही सुधारणा घडवून आणू शकतो. याखेरीज माझ्या मदतीला तज्ञ लोकांची एक फौज (पॅनल) आहे. अत्यंत हुशार लोक माझ्या कंपनीला साहाय्य करत असतात. मी

जशी गरज असेल त्यानुसार या अत्यंत गुणवान व ज्ञानी लोकांच्या सेवांचा उपयोग करून घेत असतो. उदा. आमच्याकडे माहिती तंत्रज्ञान क्षेत्रातल्या हार्डवेअर व सॉफ्टवेअर यांचं विशेष ज्ञान असणारे तज्ञ आहेत. ते एखाद्या कंपनीला लागणाऱ्या ERP सॉफ्टवेअर प्रणालीची कशाप्रकारे गरज भासेल, त्यानुसार निवड करणं आणि ती स्थापित करणे हे काम करू शकतात. शिवाय कंपनीकरता योग्य कॉम्प्युटर हार्डवेअर निवडण्यातही ते मदत करू शकतात. यामुळे कंपनीला नव्या युगातल्या वेगवेगळ्या तंत्रज्ञानाचा वापर करून वेगाने व आर्थिकदृष्ट्या सुयोग्य अशा प्रकारे काम करता येते. माझ्याकडे असणाऱ्या सक्षम टीमच्या मदतीने मी अशा क्षेत्रांमधली सल्ला सेवा ही पुरवू शकतो.

****

माझ्या मदतीला तज्ञ लोकांचे एक पॅनल आहे. अत्यंत हुशार लोक माझ्या कंपनीला साहाय्य करत असतात. मी जशी गरज असेल त्यानुसार या गुणवान व ज्ञानी लोकांच्या सेवांचा उपयोग करून घेत असतो.

****

महत्त्वाचं म्हणजे, मी या सर्व सेवा देऊ करतो, मात्र स्वतःला मी ग्राहकावर लादत नाही व प्रत्येकच गोष्टीत सहभागी करून घ्यायला सांगत नाही. मात्र जेव्हा आम्ही एखादं विशिष्ट काम करण्याकरता बाहेरील तज्ञ व्यक्तीला बोलावतो, तेव्हा ग्राहक नेहमीच मी तिथं उपस्थित राहावं आणि त्यामध्ये सहभागी व्हाव असा आग्रह धरतात.

वाचकासाठी प्रश्न :

१) तुमच्या कंपनीच्या कोणत्या विभागात तज्ञ लोकांची कमी आहे?

२) जर योग्य कर्मचारी मिळाले तर तुमच्या व्यवसायाच्या सद्यस्थितीत कोणता फरक पडेल?

***

मी प्रशिक्षक कसा झालो?

"तुम्हाला जितक्या जास्त गोष्टींचे प्रशिक्षण घेणे शक्य आहे तितके घ्या, कारण तुम्हाला एक चांगली कल्पना मिळाली, तर अनेक वर्षांचे कष्ट वाचू शकतात."

- ब्रायन ट्रेसी

मी शिक्षणाने अभियंता असलो, तरी या उद्योगातल्या "निर्मिती" क्षेत्रात मला कधी रस वाटला नाही. मला लोकांसोबत संपर्क साधायला आणि त्यांच्याशी संवाद साधायला आवडतं. याआधी उल्लेख केल्याप्रमाणे माझ्या वैयक्तिक आयुष्यातलं दुःख आणि आव्हानं यामुळं लोकांना आपल्या आयुष्यात कशाला सामोरे जावे लागत आहे ते मी सहज समजू शकतो. त्यांचे नेमके प्रश्न कोणते आहेत हे जाणून घेण्याची आणि त्यांवर योग्य मार्ग काढण्याची क्लृप्ती मला साध्य झाली आहे. पुढे जसजसा काळ जाईल, तसतशी माझ्या अनुभवानुसार आणि आधीच्या सरावानुसार मी आणखी सुधारणाही करतो आहे . माझ्या आयुष्यात घडलेले दोन महत्त्वाचे प्रसंग मला प्रशिक्षक बनवायला कारणीभूत ठरले.

****

नेमके प्रश्न कोणते आहेत हे जाणून घेण्याची आणि त्यांवर योग्य मार्ग काढण्याची क्लृप्ती मला साध्य झाली आहे. पुढे जसजसा काळ जाईल, तसतशी माझ्या अनुभवानुसार आणि आधीच्या सरावानुसार मी आणखी सुधारणाही करू शकतो

****

पहिली गोष्ट म्हणजे स्टीवन कव्ही यांचं "सेव्हन हॅबिट्स ऑफ हायली इफेक्टीव्ह पीपल" हे पुस्तक. त्यातल्या सवयी:

- सवय १ : पुढाकार घ्या
- सवय २ : अंतिम उद्देश मनात ठेऊन जगायला सुरुवात करा.
- सवय ३ : प्रथम लागणारी गोष्ट प्रथम करा .
- सवय ४ : समोरच्याला आणि आपल्याला दोघांनाही लाभ होईल अशा प्रकारे विचार करा.
- सवय ५ : पहिल्यांदा दुसऱ्याला समजावून घ्या, मग आपलं म्हणणं त्यांना समजावून द्या.
- सवय ६ : टीम वर्क अन अधिक.
- सवय ७ : वरील सर्व सवयीं दैनंदिन जीवनात आचरणात आणा.

या पुस्तकाने माझ्या जीवनात आमुलाग्र बदल घडवला. माझ्या सर्व

प्रश्नांची उत्तरे तर सापडलीच पण इतरांच्या प्रश्नांची चावी देखील माझ्या हाती लागली.

अगदी आजही मला या पुस्तकामुळे थक्क होऊन जायला होतं. त्यात दिलेली प्रत्येक सवय, वचन आणि स्पष्टीकरण माझ्या मनात खोलवर ठसलेलं आहे. मी घेतलेल्या प्रशिक्षणामध्ये हे पुस्तक संदर्भ, टिपणं यांसाठी वापरतो. या सर्व सवयी व्यवहारात कशा अमलात आणता येतील याबद्दलही मी सांगतो. सध्याच्या माहिती विस्फोटाच्या युगात तुम्हाला कुठलीही माहिती हवी असेल, तर ती केवळ एका क्लिकच्या अंतरावर असते. या सात सवयी तुम्हाला कोणत्याही सर्च इंजिनवर अगदी सहजपणे सापडतील. वाचकासाठी इथं महत्त्वाची गोष्ट म्हणजे या साऱ्या सवयी जाणून घेणं आणि त्यांचं प्रशिक्षण घेणं. त्या आचरणात आणल्यामुळं आपल्या आयुष्यात प्रभावी कायापालट कसा घडून येईल हे समजावून घेणं महत्त्वाचं असतं.

या पुस्तकातल्या आशयाखेरीज मी 'या गोष्टी कशा कराव्या' याबाबीवर लक्ष केंद्रित करतो. स्टिव्हन कव्ही यांनी जे म्हटले आहे, ते वास्तवात उतरवायला मदत करतो.

माझ्या प्रशिक्षण कार्यक्रमात मी पुढील गोष्टी करायला मदत करतो :

कंपनीचं अंतिम ध्येय / उद्देश (मिशन स्टेटमेंट) लिहिणे ज्यात :

- समाधी विधान (Tombstone Statement)

- ध्येय गीत
- रोल मॉडेल
- मुख्य नितीमूल्ये निर्धारित करणे
- जीवनातील प्रत्येक महत्वाची भूमिका आणि उद्देश्य निर्धारित करणे
- मी एक 'सॉफ्ट स्किल' प्रशिक्षक आहे. पुढील विषयात मी तज्ञ आहे.
- टीमची बांधणी
- संवादकौशल्य
- विचार प्रतिमा (Paradigm)
- स्वप्रेरित होऊन काम करणे
- वेळेचं नियोजन
- भूमिकांचं व्यवस्थापन
- जबाबदारी सोपवणे
- एकत्रितपणे सहयोगाने काम करण्यासाठीची यंत्रणा विकसित करणे.

मी प्रशिक्षक होण्यामागे कारणीभूत असणारी दुसरी महत्त्वाची गोष्ट आहे "लँडमार्क वर्ल्डवाइड".

"लँडमार्क वर्ल्डवाइड" किंवा नुसत्या "लँडमार्क" या नावाने ओळखल्या जाणाऱ्या कंपनीचं मुख्यालय सॅन फ्रॅन्सिस्को इथं आहे. ती वैयक्तिक विकसनाचे कार्यक्रम राबवत असते. लँडमार्क एज्युकेशनची स्थापना १९९१मध्ये झाली. वेरनार एरहार्ड यांनी निर्माण केलेल्या बौद्धिक संपदेचा वापर करून हे प्रशिक्षण कार्यक्रम सुरू करण्यात आले. एरहार्ड यांनी १९७०मध्ये याला प्रारंभ केलेला दिसतो.

या प्रशिक्षणामधून आपल्या आयुष्याच्या गुणवत्तेत सकारात्मक व कायमस्वरूपी बदल घडून येतो. त्यातून आपल्या भविष्याकरता सामर्थ्य, स्वातंत्र्य, संपूर्ण स्व-अभिव्यक्ती आणि मानसिक शांतता (Piece of Mind®), या गोष्टी साध्य होतात.

सहभागी झालेल्या लोकांचं सर्वेक्षण केलं असता, त्यातल्या ९४% लोकांनी "लँडमार्क" फोरममुळे आपल्या आयुष्यात अगदी खोलवर आणि टिकून राहणारा सकारात्मक परिणाम झाल्याचं म्हटलं आहे.

लँडमार्क फोरमची रचना तुमच्या आयुष्यामध्ये सकारात्मक व कायमस्वरूपी बदल घडवून आणण्यासाठी करण्यात आलेली आहे – तेही केवळ तीन दिवसात. या बदलांमुळे तुम्हाला एका नव्या आणि अनोख्या प्रकारच्या स्वातंत्र्याची आणि सामर्थ्याची प्राप्ती होते – सहजगत्या जीवन जगण्याचं व तुम्हाला ज्या गोष्टी सर्वाधिक महत्त्वाच्या वाटतात त्यात प्रभावीपणे काम करण्याचं हे स्वातंत्र्य असतं. तसंच

तुमच्या नातेसंबंधांची गुणवत्ता, तुम्ही किती आत्मविश्वासपूर्ण आयुष्य जगता, तुमची वैयक्तिक उत्पादकता, तुमच्यामुळे घडून येत असलेला फरक, आयुष्याचा आनंद याही गोष्टी त्यात असतात.

अधिक माहितीसाठी : www.landmarkworldwide.com

****

सहभागी झालेल्या लोकांचं सर्वेक्षण केलं असता, त्यातल्या ९४% लोकांनी लँडमार्क फोरममुळे आपल्या आयुष्यात अगदी खोलवर आणि टिकून राहणारा सकारात्मक परिणाम झाल्याचं म्हटलं आहे.

****

लँडमार्कमध्ये सहभागी झालेल्या अनेक लोकांच्या यशोगाथा ऐकल्यानंतर मी त्यामध्ये नाव नोंदवलं. तो माझे आयुष्य बदलवून टाकणारा कार्यक्रम होता हे मान्यच केले पाहिजे. कार्यक्रमातले वक्ते फरडी डिसूझा यांच्या बोलण्यामुळे मी अगदी प्रेरित आणि उत्तेजित झालो. या दोन घटनांमुळे माझा प्रशिक्षण व्यवसाय सुरू करण्यामधला रस वाढला.

प्रशिक्षण उद्योग इतक्या साऱ्या वर्षांमध्ये कसा बदलत गेला हे मी पाहिलेलं आहे. अगदी पूर्वीच्या काळातल्या OHP (ओव्हरहेड प्रोजेक्टर), ॲसिटेट्स (एकेकाळी माझ्याकडे या एक हजाराहून जास्त होत्या.), नंतर च्या काळात LCD वर सर्वत्र वापरली जाणारी पॉवरपॉइंट प्रेझेंटेशन आली. त्याकाळी एखादा प्रशिक्षक कशा प्रकारे

प्रशिक्षण द्यायला जात असेल इथपासून ते आजवरचा म्हणजे तंत्रज्ञानाची महत्त्वाची भूमिका असेपर्यंतचा सारा प्रवास मी पाहिलेला आहे. झिग झिग्लर यांनी आम्हाला प्रशिक्षण सामग्री कशी वापरावी व पूर्वतयारी कशी करावी याचं खास प्रशिक्षण दिलं होतं. अनेकदा तुम्ही प्रशिक्षकांना अडखळत बोलताना, आपल्या सादरीकरणाची अपूरी तयारी केलेल्या अवस्थेत, नोंदी किंवा संदर्भ धुंडाळताना पाहिलं असेल. हे टाळण्यासाठी आम्हाला अगदी सुरुवातीपासूनच तयारी कशी करावी हे शिकवलं गेलं.

- आपला श्रोतृवृंद ओळखा.
- व्याख्यानाच्या दालनात उपलब्ध असणारं तंत्रज्ञान व इतर यंत्रणा कोणत्या आहेत हे जाणून घ्या.
- तुम्हाला हवी तशी आपल्या श्रोत्यांची बैठक व्यवस्था आधी करून घ्या.
- आपल्या व्याख्यानासाठीच्या नोंदी तयार ठेवा.
- रंजक गोष्टी सांगा.
- ऑडिओ आणि व्हिडिओ क्लिप्स वापरा.
- मनोरंजनातून शिक्षण हा विचार पक्का ठेवा.
- श्रोत्यांना गुंतवून ठेवण्याची विविध तंत्रे वापरा.
- द्यायच्या नोट्स तयार ठेवा.

... यांसारख्या कितीतरी अनेक गोष्टींनी आपले श्रोते जागीच खिळून राहतील याची काळजी घेता येते. श्रोत्यांनी कायम तुमच्या सोबत राहावं याकरता त्यांना गुंतवून ठेवण्याची व तशी खबरदारी घेण्याची क्षमता प्रभावी वक्तृत्वासाठी आवश्यक आहे.

लँडमार्कमध्ये मी शिकलेली एक महत्त्वाची गोष्ट म्हणजे त्यांचं 'टाइम कार्ड मॉडेल'. एखादा वक्ता जर विषयाला सोडून भरकटत असेल, एखाद्या विषयावर तो उगाचच खूप जास्त वेळ घालवत असेल, वादविवाद करत असेल, इ. तर अशा गोष्टी दर्शवण्यासाठी कार्डचा वापर केला जातो. एखाद्या वक्त्याचा विकास करण्यासाठी हा अगदी 'मास्टरस्ट्रोक'च आहे.

मला ध्यानात आलेली आणखी एक गोष्ट म्हणजे मी देत असलेल्या व्याख्यानांमधला आशय वगळता आणखी एक आवश्यक महत्त्वाचं साधन म्हणजे माझा आवाज. मोठमोठे गायक आणि व्हॉइसओव्हर देणारे कलाकार आपल्या आवाजाची काळजी घेतात. एक प्रशिक्षक म्हणून मलाही अशा प्रकारची काळजी घेणं आवश्यक वाटतं. मी प्रशिक्षण सत्रांदरम्यान कोमट पाणी प्यायला सुरुवात केली. माझ्या साहाय्यकांनाही सोबत सर्व आवश्यक साधनं आणि उपकरणं बाळगण्याचे प्रशिक्षण दिलेलं आहे. मग त्यात अगदी कोमट पाणी बाळगण्याचाही समावेश आहे. माझ्या सत्रांमध्ये माझी भावनिक गुंतवणूक असते. कामात मी इतका गुंतलेला असतो आणि झपाटून गेलेला असतो की अनेकदा विचारांच्या नादात मी माझा ब्लेझर किंवा जॅकेट यांसारख्या गोष्टी विसरतोदेखील. सुदैवानं या गोष्टी माझ्या लक्षात येण्याआधीच माझ्या साहाय्यकांना समजतात. याबाबतीत मी

नशिबवान आहे कारण माझ्या चेहऱ्यावरचे हावभाव पाहून किंवा मी एखादी गोष्ट शोधतो आहे असं त्यांच्या लक्षात आलं की मी त्यांच्याकडे पाहायच्या आत ते लगेच माझ्या हाती ती गोष्ट सुपूर्द करतात. माझ्या यशामध्ये टीमचा खूप महत्त्वाचा वाटा आहे.

जे लोक प्रशिक्षण कार्यक्रमात सहभागी होतात, ते तुमच्याकडे आपला 'रक्षणकर्ता' किंवा जवळजवळ 'देवच' असल्यासारखे पाहात असतात. त्यांना तुम्ही चमत्कार करून दाखवण्याची अपेक्षा असते. आपली सर्वोत्तम क्षमता वापरून त्यांच्या अपेक्षा पुऱ्या करण्याचा प्रशिक्षकाने प्रयत्न केला पाहिजे. आपले उद्देश काय आहे त्याची स्पष्टपणे व्याख्या केली तर हे शक्य होते. या प्रशिक्षण कार्यक्रमाअखेरीला त्यांना काय मिळणार आहे हे सुरुवातीलाच अगदी बारकाईनं सांगितलं पाहिजे. कारण "या गोष्टीत माझा कोणता फायदा आहे" हेच प्रत्येकजण शोधत असतो. जोपर्यंत श्रोत्यांना माहीत नसलेली किंवा त्यांनी न ऐकलेली गोष्ट आपण त्यांना शिकवत नाही तोपर्यंत त्यांना ही प्रशिक्षण सत्रे आनंददायक वाटणार नाहीत.

एकदा का प्रशिक्षण सत्रे संपली, की कितीही सर्वोत्तम प्रशिक्षण असो, ते लगेच हवेत विरून जातं असा माझा अनुभव आहे. ज्या प्रशिक्षणार्थींची आपल्या क्षेत्रावर अधिक निष्ठा असते, ते त्या दरम्यान काढलेल्या नोट्स जपून ठेवतात, त्या पुनःपुन्हा वाचतात आणि त्यातल्या काही गोष्टी अंमलातदेखील आणतात.

प्रशिक्षणार्थी संवाद साधायला लाजतात प्रशिक्षण सत्रांमध्ये बोलत नाहीत. आपण शिकवलेल्या गोष्टी त्यांनी सोबत नेऊन त्या व्यवहारात

अमलात आणाव्या, याकरता मी व माझी टीम पुढील उपाययोजना करतो.

प्रशिक्षणार्थींची लहान गटात विभागणी करणे.

- एकमेकांसोबत संवाद साधायला प्रोत्साहन देणे.
- छोट्या किंवा मोठ्या सकारात्मक बदलांना प्रतिसाद देणे वा कौतुक करणे.
- त्यांच्याकडून छोटे उपक्रम करून घेणे.
- त्यांना पुरेशा नोट्स देणे.
- अधिक स्पष्टीकरणासाठी आणि पाठपुराव्यांच्या सत्रासाठी (फॉलोअपसाठी) साहाय्यक उपलब्ध करून देणे.

****

जे लोक प्रशिक्षण कार्यक्रमात सहभागी होतात, ते तुमच्याकडे आपला 'रक्षणकर्ता' किंवा जवळजवळ 'देवच' असल्यासारखं पाहात असतात. त्यांना तुम्ही चमत्कार करून दाखवण्याची अपेक्षा असते. आपली सर्वोत्तम क्षमता वापरून त्यांच्या अपेक्षा पुऱ्या करण्याचा प्रशिक्षकानं प्रयत्न केला पाहिजे.

****

काही वर्षांपूर्वी एक अनपेक्षित प्रसंग घडला. असा प्रसंग कुठल्याही प्रशिक्षकावर येऊ शकतो.

एकदा एका बँकेकरता प्रशिक्षण कार्यक्रम आयोजित करण्यात आला होता. एका निसर्गरम्य ठिकाणी असलेल्या रिसॉर्टमध्ये बँकेचे कर्मचारी आणि मी दोन दिवसांकरता राहायला गेलो. आम्ही सत्राला सुरुवात करणार तेवढ्यात लोकांच्या एका गटानं मला वेगळीच विनंती केली. पुढचे दोन दिवस आपण प्रशिक्षण न घेता नुसतीच इथं राहून मजा करावी आणि नंतर परतावं अशी त्यांची विनंती होती. मी त्यांच्यासोबत कुठलाच वाद घातला नाही, की माझा इगो मधे आणला नाही. आपण बँकेच्या संचालकांना हे कळवू असंही मी त्यांना म्हणालो नाही. मी या गटाला माझ्यासाठी केवळ ९० मिनीटं द्यायची व माझं बोलणं ऐकण्याची विनंती केली. त्यात मी सांगितलं, की आता तुम्ही या प्रशिक्षणाची बँकेला असणारी गरज बाजूला ठेवा आणि स्वतःचं आयुष्य बदलण्यासाठी, नातेसंबंध सुधारण्यासाठी, आपले उद्देश निर्धारित करण्यासाठी, इ. गोष्टींसाठी माझं बोलणं ऐका. जर तुम्हाला ते आवडलं नाही, तर आपण काही न करता तसेच परत जाऊ, असंही मी त्यांना सांगितलं होतं.

माझी ही युक्ती लागू पडली, कारण मी त्यांच्या म्हणण्याला मान दिला होता. त्यांच्याशी झगडा करत बसलो नाही.

प्रशिक्षणार्थी दोन दिवसांच प्रशिक्षण रीतसर पूर्ण करण्यास अनुमति दिली.अनेकदा आम्हाला प्रशिक्षणार्थींमधल्या त्रासदायक लोकांना खिळवून ठेवावं लागतं. ज्या प्रशिक्षकांना पहिल्या पाच मिनिटात असे त्रासदायक प्रशिक्षणार्थींनी दिसत नाहीत, त्यांचा सगळा कार्यक्रम अडचणीत येऊ शकतो. याकरता पुढील गोष्टी माहीत असणे उपयुक्त ठरते.

- आपला श्रोता वर्ग आणि त्यांच्याविषयीची सर्वसाधारण माहिती आधीच जाणून घ्या.

- याअगोदर त्यांनी कुठल्या प्रकारचं प्रशिक्षण घेतलं आहे त्याची माहिती घ्या.

- कोणत्या प्रकारच्या वक्त्यांनी याआधी त्यांना प्रशिक्षण दिलं आहे ते जाणून घ्या.

- ते कोणत्या गटात बसतात ते पहा. अनेकदा झालेले गट मोडणं आणि ते वेगळ्या प्रकारे बसवणं यामुळेही मदत होते.

- काही विशिष्ट लोकांची देहबोली ओळखा. जर त्यांनी हाताची घडी घातली असेल, तर त्यातून बचावात्मक पवित्रा दिसतो. "तुम्ही काय म्हणता आहात हे मला अगोदरच ठाऊक आहे," असा संदेशच ते देत असतात. यावरचा एक उपाय म्हणजे, त्यांचं वरिष्ठ पद आणि ज्ञान यांना अगोदरच मान्यता देऊन आपल्या बाजूला वळवून घेणे. तुम्ही शिकवत असलेल्या गोष्टीत त्यांचं मत घेतलं की त्यांचा अहंकार सुखावतो आणि त्यांना अचानक आपण इतरांपेक्षा थोडेसे श्रेष्ठ आहोत असं वाटू लागतं.

- तुम्ही सांगत असलेल्या आशयात थोडासा मनोरंजनाचा भाग ठेवा, प्रशिक्षणाच्या सत्रातील सहभागासाठी चॉकलेट दिलं, तर चांगली वातावरणनिर्मिती होऊन सहभाग वाढतो.

- स्वतःला इतरांवर लादू नका, पण त्यांच्या हितासाठीची गोष्ट सांगायला कचरूही नका.

- मुद्दा समजावून सांगण्याकरता व तो अधोरेखित करण्याकरता एखादी यादी देण्यापेक्षा रंजक गोष्ट सांगणे हा सर्वोत्तम मार्ग आहे.

****

अनेकदा आम्हाला प्रशिक्षणार्थींमधल्या त्रासदायक लोकांना जागीच खिळवून ठेवावं लागतं. ज्या प्रशिक्षकांना सत्राला आरंभ केल्यावर पहिल्या पाच मिनिटात असे त्रासदायक लोक सापडत नाहीत, त्यांचा सगळा प्रशिक्षण कार्यक्रम अडचणीत येऊ शकतो.

****

वाचकासाठी प्रश्न

तुम्हाला प्रशिक्षण सत्रांना उपस्थित राहायला आवडतं का? खालीलपैकी कुठल्या गोष्टी तुम्हाला सर्वात उपयुक्त वाटतात? तुम्ही यांना १०च्या श्रेणीमध्ये कसे गुण द्याल (१ म्हणजे सर्वोत्तम)?

- लहान कालावधीची – ६०-९० मिनीटांची सत्रे

- अधेमधे ऑडिओ आणि व्हिडिओ क्लिप्स

- रंजक गोष्टी

- सर्वांचा सहभाग

- शेवटी छापील नोट्स

- नंतर पाठपुरावा (फॉलोअप) सत्रे

- नवीन कौशल्य राबवण्यासाठी साहाय्यक मिळाल्यास उत्तम

तुमचे नाव :

व्यवसाय व पद :

ई-मेल आयडी :

वर दिलेल्या गुणपत्रिकेचा फोटो काढा व तो मला apggmc@ gmail. com. वर पाठवा.

या कृतीकरता एक लकी ड्रॉही आहे. जर तुम्ही निवडलेल्या तीन विजेत्यांपैकी एक असाल, तर मी तुम्हाला एक मोफत प्रशिक्षणाची झूम लिंक नि:शुल्क पाठवेन.

ती खालीलपैकी कोणत्याही एका सत्राच्या तीस मिनिटांच्या परिचयासाठीची असतील

- उद्देश (गोल) निर्धारीत करणं
- स्वतःकरता योग्य मार्गदर्शक (मेंटॉर) कसा शोधावा?
- वेळेच्या व्यवस्थापनाची तंत्रे

***

मी समुपदेशक कसा बनलो?

“विश्वास ही गोष्ट दिसत नसली तरी जाणवते, आपल्यासोबत कोणीच नाही असं वाटतं तेव्हा विश्वासच बळ देतो, प्रत्येक गोष्ट गमावलेली असताना विश्वास आपल्याला आशा देत असतो.”

- कॅथरिन पल्सीफर

आयुष्यातल्या बहुसंख्य घटना घडत असताना समुपदेशन हे नवं कौशल्य मी आत्मसात केल, अर्थात , ते मुद्दाम शिकण्याची माझी कोणतीही योजना नव्हती.

माझ्या सॉफ्ट स्किल्स आणि कायझेन या विषयाच्या प्रशिक्षण सत्रादरम्यान मी अनेक लोकांशी बोलतो. कुठलंही कौशल्य वास्तवात उपयोगात कसं आणता येईल यावर मी प्रशिक्षणात भर देतो. मात्र दर वेळी या सवयी प्रत्येक प्रशिक्षणार्थीच्या मनात खोलवर रुजवणं शक्य

नसतं. हे प्रशिक्षणार्थी नंतर मला भेटून स्वतःसोबत म्हणजे एकेकट्याचं सत्र घ्यावं अशी विनंती करत. सर्वांसाठी खुल्या असलेल्या प्रशिक्षण कार्यक्रमात मी जे शिकवत असे, ते त्यांना आणखी नीटपणे समजावून घ्यायचं असे. असं करताना मी समुपदेशन क्षेत्रात प्रवेश केला. मी अगोदरच प्रशिक्षण क्षेत्रात माझं स्थान प्रस्थापित केलेलं होतं. त्यानंतर मी ती समुपदेशनाची सत्रे त्यासोबत घेऊ लागलो. त्यामुळे मग या प्रशिक्षणार्थींना आपल्या नेहमीच्या व्यवहारातल्या परिस्थितींमध्ये नवीन शिकलेली ही कौशल्यं राबवता येऊ लागली.

मी समुपदेशन करायला कसे शिकलो?

समुपदेशन ही शिकता येणारी कला आहे. अनेक संस्था याबाबतचे कार्यक्रम/सत्र घेत असतात. वाशी इथल्या फादर ॲग्नेल टेक्निकल कॉम्प्लेक्समधल्या फादर ओरलँडो रॉड्रिक्स ज्यांच्याकडे मी समुपदेशन शिकलो त्यांनी समुपदेशकांना सल्ला दिला आहे. ते म्हणतात, 'तुम्ही सर्वांत आधी समुपदेशनाला आलेली व्यक्ती आणि स्वतःमधलं अंतर मिटवलं पाहिजे. तुमचं संभाषण प्रभावी व्हावं याकरता समोरच्या व्यक्तीच्या नजरेला नजर भिडवणं आणि सकारात्मक देहबोली असणं महत्त्वाचं असतं.' फादरच्यासोबत घालवलेल्या काळात मी लहान लहान पण मोलाच्या गोष्टी शिकलो. ही कौशल्यं आजवर माझ्याकडे आहेत आणि ती मी उपयोगात आणतो.

लोक माझ्यावर विश्वास कसा टाकतात? माझ्यावर विश्वास का दाखवतात?

माझ्या अंदाजाप्रमाणे माझा अनुभव हे यामागचं एक विशिष्ट कारण आहे. मी जग पाहिलेलं आहे. माझ्या आजूबाजूचे लोक, ग्राहक, सहकारी, मित्र आणि पुरवठादार या सगळ्यांना मी कुठल्या परिस्थितीतून गेलेलो आहे आणि त्यातून कसा यशस्वीरीत्या मार्ग काढलेला आहे हे ठाऊक आहे. या एका कारणामुळे लोकांचा माझ्यावर विश्वास आहे असं मला वाटतं. माझ्याकडे समुपदेशनासाठी येणारे लोकही माझी समुपदेशनाची शैली त्यांना आवडते असं सांगतात. कारण मी त्यांचा निकटचा, सोबती व विश्वासू अनुभवी सल्लागार असतो त्यांना मोकळेपणाने बोलू देतो. मी त्यांना कुठल्याही अटी घालत नाही आणि एखाद्या प्रश्नावर अनेक पर्याय सुचवतो. अनेकदा ते माझ्याकडे प्रश्नांसोबतच अनेक पर्याय घेऊन येतात. त्यांना केवळ आपल्या उत्तराला कोणाची तरी मान्यता हवी असते, दुसऱ्या कोणीतरी ते बरोबर आहे असं सांगायला हवं असतं, किंवा कोणता पर्याय निवडावा या विषयी मत हवे असते. त्यांची मनःस्थिती द्विधा असल्यामुळे आणि आजूबाजूला बरीच आव्हानं असल्याने त्यांना कोणाशी तरी बोलून मोकळं वाटतं.

समुपदेशन करण्यासाठी कुठलाही जादुई फॉर्म्युला, विशिष्ट पॅटर्न किंवा प्रक्रिया नाही. एका व्यक्तीला जो उपाय लागू पडेल, तो दुसऱ्या व्यक्तीला पडेलच असं नाही. यासाठीच्या परिस्थिती वेगवेगळ्या असतील, समुपदेशनासाठी येणाऱ्या लोकांचा वयोगटही वेगवेगळा असू शकेल. मग दर वेळी मी त्यांच्याशी ज्या भाषेत बोलतो ती भाषा आणि वापरावी लागणारी कौशल्यं हीदेखील वेगळी असतात.

****

समुपदेशनाच्या प्रवासादरम्यान मला काही अनोखे अनुभव आले.

त्यातील काही खाली देत आहे.

एका जोडप्याचं मूल मंदबुद्धी आहे असं समजलं जात होतं. त्यांच्या संसारात तो एक मोठाच प्रश्न होता. पतीनं आपल्या पत्नीला सोडून देण्याचा निर्णय जवळजवळ पक्का केला होता. बाकी कुटुंबानंही ही स्त्री आणि तिचं मूल यांपासून स्वतःला दूर ठेवलेलं होतं.

मग ती माझ्याकडे समुपदेशनासाठी आली. प्रत्यक्ष गृह्भेटीनंतर परिस्थिती तितकी वाईट नाही असं मला जाणवलं. आजूबाजूचं वातावरण बदललं, लोक बदलले किंवा घर बदललं तर परिस्थिती बदलू शकेल असं मला आतून वाटत होतं. प्रत्यक्ष मंदबुद्धि पेक्षा "मंदबुद्धि" नावाचा शिक्का परिस्थिती अनावश्यक रित्या गंभीर करत होता. योगायोगानं हे कुटुंब राहत असलेलं घर पुनर्विकसनासाठी गेलं. त्यामुळे त्यांना दुसऱ्या ठिकाणी राहायला जावं लागलं. मुलाला नवीन शाळेत प्रवेश घ्यावा लागला. या नव्या शाळेनं मुलानं सध्याच्या म्हणजे दुसऱ्या इयत्तेत प्रवेश न घेता पुन्हा पहिल्या इयत्तेपासून सुरुवात करावी असा आग्रह धरला. शाळेच्या या आग्रहामुळे जणू जादूच झाली. आता या मुलाला वर्गात शिकवलेलं समजू लागलं, त्याचा ताण कमी झाला आणि तो मंदबुद्धी असल्याच्या सर्व खुणा नाहीशा झाल्या. कुटुंबातले परस्पर संबंधही सुधारले. पतीपत्नींमधले नातेसंबंध उत्तम झाले आणि पुढे त्यांना आणखी एक मूलही झालं.

****

दुसऱ्या एका केसमध्ये एकजण आपला विवाहबाह्य संबंधांचा प्रश्न घेऊन माझ्याकडे आला. त्याच्या बायकोला याबद्दल कळलं होतं. त्यामुळे

हा प्रशिक्षणार्थी ती परिस्थिती कशी हाताळावी याबाबत तणावाखाली होता. मी त्याला आयुष्यात आलेल्या स्त्रीपासून दूर जाऊन पत्नीसोबत समाधानानं राहायला सांगितलं. त्यानं माझा सल्ला ऐकला. नंतर दुसऱ्या स्त्रीला जेव्हा हे कळलं, तेव्हा तिनं 'आपल्याला सोडून गेल्यास गंभीर परिणाम होतील' अशी त्याला धमकी दिली. त्याच्या पत्नीला भेटून वस्तूस्थिती सांगितली जाईल अशी भूमिका घेतली, मग गुंतागुंतीला सुरुवात झाली. आता हा माणूस चांगलाच कात्रीत सापडला होता. त्यानं पुन्हा एकदा मला भेटून सल्ला मागितला. मी त्याला परिणामांची कुठलीही चिंता करू नकोस आणि प्रश्नांना थेटपणे भिड असं सांगितलं. पळून जाण्यापेक्षा प्रश्नाला भिडणं अधिक श्रेयस्कर होतं. त्याच्या प्रेयसीनं हवं ते करावं असं तिला धीटपणे सांगण्याचा मी त्याला सल्ला दिला. त्याच्या मनाची त्याकरता तयारी नव्हती. पुढे मला त्याला दोन्ही डगरींवर पाय ठेवून आनंदानं आयुष्य घालवण्याचा सल्ला द्यावा लागला. त्याच्या आयुष्यात दोन्हीही स्त्रीया असाव्यात, पण त्याने पुरेशी काळजी घ्यावी असं मी सांगितलं. आता त्याचं प्रेमप्रकरण एकीकडे चालू आहे, मात्र त्यानं आपल्या पत्नीलाही आनंदी ठेवलं आहे.

****

एका प्रशिक्षणार्थीचा मुलगा शाळेत जायला कायम नकार देत असे. त्याची कशी समजूत घालावी हे कुटुंबाला काही केल्या समजत नव्हतं. त्यांनी सगळे उपाय करून पाहिले, पण कशाचाच उपयोग झाला नाही. अखेर ते कुटुंब माझ्याकडे सल्ल्यासाठी आले.

मी त्या मुलाला भेटलो. त्याला मी एक गोष्ट सांगून मदत करायचं ठरवलं.

मी त्याला म्हणालो, 'तुला जर कोणी जबरदस्तीनं शाळेत पाठवत असेल, तर मला लगेच फोन करून सांग' मी त्याला माझ व्हिजिटींग कार्ड दिलं. मुलाच्या दृष्टीने एक अत्यंत जबाबदार व्यक्ती त्यांच्या मागे उभी होती. काही दिवस असेच गेले.मुलगा शाळेला न जाता उंडारत होता. कुटुंब आता चांगलंच काळजीत पडलं होतं. कारण पंधरवडा उलटून गेला तरी तो मुलगा शाळेत गेला नव्हता. त्यांनी मला फोन केला. आपण जे करतो आहे त्याबद्दल मला खात्री असल्याचा दिलासा मी त्यांना दिला. माझ्यावर विश्वास ठेवायला सांगितला. एकेदिवशी त्या मुलानं आपल्या आईला मोठ्या भावाच्या शाळेच्या युनिफॉर्मला इस्त्री करताना पाहिलं. मोठा भाऊही त्याच्याच शाळेत जात होता. मग हा मुलगा आपल्या आईकडे गेला आणि 'मलाही शाळेत जायचं आहे, माझीही तयारी करून दे' असं म्हणू लागला. 'आता तुझं मन का बदललं,' असं विचारल्यावर 'आपल्याला इथं एकटं पडल्यासारखं वाटतं आहे' सर्वजण शाळेत जातात इथ खेळायला कोणीच नसतं असं उत्तर त्यानं दिलं. दररोज संध्याकाळी मित्रांना भेटल्यावर ते ज्या गोष्टींबद्दल बोलत होते, त्या कशाशीच मुलाचा संबंध राहिलेला नव्हता. सगळे मित्र शाळेत गेल्यावर या मुलाला दिवसभर करण्यासारखं काहीच नव्हतं. या सगळ्यामुळे त्याचा दृष्टिकोन बदलला. तेव्हापासून शाळेत न जाणे हा विषय कायमचा मागे पडला.

****

एकाच वेळी सूक्ष्मदर्शी आणि दूरवरचं पाहण्याचा दृष्टिकोन परिस्थितीचा अंदाज घ्यायला उपयुक्त ठरतो असं या तीनही गोष्टींमुळे माझ्या लक्षात आलं. कोणाचं समुपदेशन करण्यासाठी माझा कुठला ठराविक फॉर्म्युला किंवा पॅटर्न नाही. त्याची कुठली निश्चित प्रक्रियाही नाही. मी

परिस्थितीकडे जेव्हा दुरून पाहतो तेव्हा परिस्थिती वेगळी दिसते. जेव्हा मी परिस्थितीच्या मुळापर्यंत जातो, तेव्हा गोष्टी वेगळ्या भासतात. एखादी व्यक्ती भेटायला आली तर मी उत्तेजित होत नाही. त्या व्यक्तीला न दिसणाऱ्या किंवा तिनं न सांगितलेल्या गोष्टींचा मी शोध घेत असतो. म्हणजे प्रत्येक गोष्टीमागे एक गोष्ट दडलेली असते. ती आपल्याला उकलून बघता आली पाहिजे.

***

मी सल्लागार कसा झालो?

“खऱ्या सल्लागाराने नेहमीच आपलं प्रामाणिक मत दिलं पाहिजे. केवळ आपल्या ग्राहकाच्या कानांना प्रिय वाटेल असेच मत देणं त्याने टाळलं पाहिजे.”

-अँड्र्यू थॉमस

तार्किकदृष्ट्या पाहता माझं शिक्षण एक इंजिनीअर म्हणून झालं असल्यानं मी त्याच क्षेत्रात प्रगती करायला हवी होती, पण आयुष्य कुठल्या दिशेनं जाईल हे आपल्याला आधीच थोडं ठाऊक असतं?

तरूणपणी मी नेहमीच वेगवेगळ्या गोष्टी करून पाहण्याचा आणि नवा शोध घेण्याचा विचार करत असे. मी करिअरमध्ये प्रोजेक्ट मॅनेजमेंट कन्सल्टंट व्हायचं ठरवलं. त्यात मला यशदेखील मिळालं. इथं आपल्या ज्ञानामुळे मूल्यवर्धन होण्याऐवजी चालू असलेल्या कामाचं ग्राहकाचा

(बिल्डर/डेवलपर) फायदा पाहून व्यवस्थापन करणं हीच मुख्य गोष्ट होऊन बसली आहे.

या व्यवस्थापनात नैतिक/कायदेशीर पणा नसला तरी सुद्धा चालेल अशी भूमिका दिशादर्शक होऊ लागली आहे.आपली खरी क्षमता वापरण्याचा या क्षेत्रात वावच मिळणार नाही हे माझ्या लक्षात आलं. माझी सगळी बुद्धी कामगारांचे प्रश्न, कच्च्या मालाची खरेदी स्वस्तात करणे, यांवरच खर्च होण्याची शक्यता होती.

सर्वांत महत्त्वाची गोष्ट म्हणजे मला कामातून समाधान मिळत नव्हतं.

मला सर्वांत जास्त आवडणारी गोष्ट म्हणजे लोकांना भेटणं, त्यांच्या समोरच्या आव्हानांवर मात करायला त्यांना मदत करणं, त्यांना नि:पक्षपणे सल्ला देणं, अपेक्षित परिणाम साध्य करून घेणं आणि या सर्व प्रक्रियेदरम्यान त्यांच्यासोबत राहणं. मला माझं क्षितीज विस्तारणं जरूरीचं होतं. आणि मी ते केलंदेखील.

MSME क्षेत्राला सल्लासेवेची खूप मोठी गरज आहे हे माझ्या लक्षात आलं. या कंपन्यांना एका सर्वांगिण सल्लागाराची गरज असते –मानवी संसाधनं, फायनान्स व अकाऊंट्स, मार्केटिंग व सेल्स, माहिती तंत्रज्ञान आणि ऑपरेशन तसेच कंपनीचं प्रशासन व वाढ करण्यासाठी आवश्यक असणारी प्रगती – यांसारख्या सगळ्याच विषयांमधली माहिती असेल अशा सल्लागारांचा तुटवडा आहे. जरी मी या सर्व क्षेत्रात तज्ञ नसलो, तरी मी संबंधित कौशल्यं विकसित केली. IIM अहमदाबाद इथून MSMEबद्दल केलेल्या कोर्समधून मला याबाबत सखोल ज्ञान

मिळालं. स्टिफन कव्ही या श्रेष्ठ तज्ञाचा माझ्यावर प्रभाव असल्यामुळे आणि मी त्यांच्या विचारांना अनुसरत असल्यामुळे मानवी संसाधनांचं व्यवस्थापन हे तर माझं शक्तिस्थान होतं. कायझेन शिकल्यामुळे मला व्यवसायाची कार्यपद्धती म्हणजे ऑपरेशनबद्दल माहिती होतं. तसेच उत्पादनातल्या सर्वोत्तम कार्यपद्धती वगैरेही मी जाणून होतो. मी स्वतः एक उद्योजक असल्यामुळे मला अकाउंट आणि फायनान्स या गोष्टी शिकाव्या लागल्याच. त्यामुळे ज्या लोकांची पार्श्वभूमी फायनान्सची नाही त्यांना फायनान्स हा विषय शिकवण्यावर मी लक्ष केंद्रित केलं.

दुर्दैवाने MSMEकरता त्यांचे मुख्य सल्लागार असतात ते चार्टर्ड अकाउंटंट. बहुतेक वेळा 'कर कसा वाचवता येईल' यावर ते लक्ष केंद्रित करतात. चार्टर्ड अकाउंटंटचं मुख्य काम भूतकाळातल्या आकड्यांशी संबंधित असतं. ती आकडेवारी तयार झाल्यावरच त्यांची भूमिका सुरू होते. यात चुकीचं असं काही नाही, कारण त्यांचं तेच क्षेत्र आहे. मात्र आकडेवारी तयार झाल्यावर ज्या गोष्टी कराव्या लागतात, तिथे माझी भूमिका सुरू होते. मला कंपनीची बॅलन्सशीट वाचता येत असल्यामुळे आणि माहितीचं विश्लेषण चांगल्या प्रकारे करता येत असल्यामुळे माझी बाजू आणखी भक्कम आहे. मी या साऱ्या गोष्टींमध्ये खोलवर रस घेतो. विमा उद्योगासोबत मी सुरुवातीला प्रशिक्षण घेतलं असल्यामुळे मला मार्केटिंग आणि विक्री या गोष्टीही सहजगत्या जमतात. एखाद्या व्यक्तीला जर सेल्समध्ये करिअर करायचे असेल, तर विमा कंपन्यांचं त्यासाठीचं प्रशिक्षण अगदी उत्तम असतं.

BNI (Business Networking International) या दुसऱ्या एका संस्थेनं माझ्या विक्री कौशल्यांना अधिक झळाळी दिली. जर तुम्ही

सातत्याने या संस्थेचे सदस्य राहिलात, तर तुम्हाला आंतरराष्ट्रीय पातळीवरची प्रशिक्षणे व अन्य उपक्रम यात सहभागी होता येते. यामुळे नेटवर्किंग (नव्या लोकांशी परिचय), विक्री आणि नातेसंबंध प्रस्थापित करणं यात पुढची पातळी गाठता येते. यातून मिळालेलं शिक्षण आयुष्यभर उपयोगी पडतं आणि त्यातून तुम्ही आंतरराष्ट्रीय दर्जाचे नेटवर्कर होऊ शकता. मी सध्यादेखील बीएनआयचा सदस्य आहे आणि या संस्थेच्या वेगवेगळ्या उपक्रमात योगदान देत असतो. या संस्थेत लोकांना मीटिंग्ज कशा घ्याव्यात, वेगवेगळी पार्श्वभूमी असलेल्या लोकांचं व्यवस्थापन कसं करावं, निर्धारित केलेली धोरणं कशी राबवावीत, इ. गोष्टींचं प्रशिक्षण दिलं जातं. या सगळ्यांमधून आपला वैयक्तिक विकास होत असतो. या संस्थेचा एक नवा चॅप्टर सुरू करण्याची संधी मला लाभली. त्यात मी वेगवेगळ्या भूमिका पार पाडलेल्या आहेत. चॅप्टरचा प्रेसिडेंट म्हणून काम करण्यापासून ते तिथं येणाऱ्या पाहुण्यांचा होस्ट बनणं किंवा चॅप्टरमध्ये असणाऱ्या वेगवेगळ्या प्रशिक्षण कार्यक्रमांचं संचालन करणं, अशा भूमिका मी पार पाडलेल्या आहेत.

****

मला सर्वांत जास्त आवडणारी गोष्ट म्हणजे लोकांना भेटणं, त्यांच्या समोरच्या आव्हानांवर मात करायला त्यांना मदत करणं, त्यांना नि:पक्षपणे सल्ला देणं, अपेक्षित परिणाम साध्य करून घेणं आणि या सर्व प्रक्रियेदरम्यान त्यांच्यासोबत राहणं. मला माझं क्षितीज विस्तारणं जरूरीचं होतं. आणि मी ते केलंदेखील.

****

हा प्रवास अजूनही सुरूच आहे आणि उजाडणारा प्रत्येक दिवस मला आणखी चांगला व्यावसायिक बनवत असतो. दररोज माझी एक प्रशिक्षक, समुपदेशक आणि सल्लागार म्हणून असणारी क्षमता अधिक वाढत असते.

मी सल्लागार म्हणून माझी भूमिका कशा प्रकारे बजावतो?

साधारणपणे मी संबंधित उद्योजकाबरोबरील 'फ्री सेशन'पासून सुरुवात करतो. काही जणांनी मला हे पहिलं सत्र निःशुल्क ठेवण्याऐवजी त्याबद्दल फी घ्यावी असं सुचवलं आहे, नव्हे तसा आग्रहही केला आहे. पण मी व्यवसाय सुरू केल्यापासून अशा पहिल्या सत्रासाठी कधीच फी आकारलेली नाही. पहिल्यांदा तिथली परिस्थिती काय आहे ते समजावून घेणं मला महत्त्वाचं वाटत आलेलं आहे. त्या परिस्थितीत हस्तक्षेप करून सुधारणा शक्य आहे अशी खात्री झाली तर पुढील बैठकीपासून मी फी आकारायला सुरुवात करतो.

मग मी तिथे विश्लेषण करतो आणि नेमकं नुकसान किती झालं आहे, कशाची गरज आहे आणि कोणता मार्ग शोधून काढला पाहिजे याचा सारासार विचार करतो. अशा प्रकारे गोष्टींचं विश्लेषण करण्याची आणि त्यावरून उत्तरं शोधण्याची प्रक्रिया अनेक वर्षांच्या अनुभवातून आलेली आहे. या पूर्वी सामोऱ्या गेलेल्या तशाच प्रकारच्या परिस्थितींशी तुलना करण्याची आणि खरा प्रश्न कुठं आहे हे बारकाईनं ओळखण्याची माझ्याकडे क्षमता आहे. जर त्या ग्राहकांच काम माझ्या योग्य नसेल किंवा मी त्याला न्याय देऊ शकत नाही असं वाटलं, तर मी स्वतःच प्रामाणिकपणे त्याला नकार देतो. अर्थात ग्राहकाला मी त्या कामाकरता

योग्य असलेल्या व्यक्तीचं नावदेखील सुचवतो.

जेव्हा मी सल्लागारपद स्वीकारतो, तेव्हा माझ्या मदतीला एक एक्झिक्युटिव्ह असिस्टंट असतो. तो कंपनीच्या कामकाजात सखोलपणे लक्ष घालतो. नोट्स घेणे, मीटिंगचे वृत्तांत लिहिणे व संबंधित मालकांपासून ते अन्य कर्मचाऱ्यांपर्यंत सर्वजण आवश्यक त्या कृतींवर काम करत आहे याची खबरदारी घेण्याची सगळी जबाबदारी त्या व्यक्तीवर असते. जेव्हा या साऱ्या कृती पूर्ण होतात, तेव्हा हा असिस्टंट मला त्याबद्दल कळवतो. मग आम्ही पुढच्या सत्राकडे जातो आणि पुन्हा अशाच प्रकारे पुढच्या कृती करतो.

****

अशा प्रकारे गोष्टींचं विश्लेषण करण्याची आणि त्यावरून उत्तरं शोधण्याची प्रक्रिया अनेक वर्षांच्या अनुभवातून आलेली आहे. या पूर्वी सामोऱ्या गेलेल्या तशाच प्रकारच्या परिस्थितींशी तुलना करण्याची आणि खरा प्रश्न कुठं आहे हे बारकाईनं ओळखण्याची माझ्याकडे क्षमता आहे.

****

या आधी उल्लेख केल्याप्रमाणे जेव्हा आपली जबाबदारी पूर्ण झाली आहे आणि ग्राहक आता स्वतःचे स्वतः काम योग्य प्रकारे करू शकेल असा विश्वास मला वाटतो तेव्हा मी जबाबदारीतून मुक्त होतो. आपण बाहेर कधी पडायचे, आपली गरज कधी संपली हे मला नीट कळतं. माझा हा प्रामाणिकपणा, सचोटी आणि पारदर्शकता या गुणांचे ग्राहक कौतुक करतात. माझ्या सल्लासेवेचा प्रत्येक ग्राहकासोबतचा

सरासरी कालावधी साधारण १ ते ३ वर्षे असतो. मी जबाबदारीतून मुक्त झाल्यानंतरही अनेकदा ग्राहक मला फोन करतात आणि पुन्हा बोलावतात. बदलत्या काळानुसार व्यवसायात आणखी प्रगती करण्यासाठी त्यांना माझी आवश्यकता भासते. नवीन आव्हानं आणि नवीन उद्देश समोर उभी ठाकतात. अशा वेळी पुन्हा त्यांना माझी गरज भासायला लागते. मी बजावत असलेल्या भूमिकेतून मला इतके मोठे समाधान मिळते, की जिथे मी खरोखरच लोकांच्या प्रगतीमध्ये हातभार लावत असतो अशा व्यवसायात येणे ही मला ईश्वरी कृपाच वाटते.

****

मी सल्लागार म्हणून भूमिका बजावलेल्या काही केसस्टडीजबद्दल पाहूया :

माझी पहिली महत्त्वाची जबाबदारी फादर ॲग्नेल टेक्निकल कॉम्प्लेक्ससोबतच्या सहयोगातून समोर आली. सन १९९६मध्ये मी मेसर्स पी.डी. कन्स्ट्रक्शनकरता काम पाहू लागलो. त्यांच्यावर अमृत डेरी या ग्राहकान कारखाना बांधण्याची जबाबदारी टाकलेली होती. हे काम आव्हानात्मक होतं, कारण जर एक वर्षाच्या आत बांधकाम पुरं झालं नाही, तर पाच लाख रुपये दंड भरावा लागणार होता. जर काम एक वर्षाच्या आत पुरं झालं, तर त्याच रकमेचा बोनसही मिळणार होता. १९९०च्या दशकात ही रक्कम भरभक्कम होती. पूर्वी मी प्रोजेक्ट मॅनेजमेंट कन्सल्टंट म्हणून काम पाहत होतोच. आम्ही हा प्रकल्प यशस्वीरित्या वेळेआधी पूर्ण केला आणि ग्राहकाला बोनसही मिळाला. या कंपनीचे मालक दिलीपभाई शहा त्यामुळे इतके खूश झाले की त्यांनी मला आपला मुलगा विपुल शहा याच्या करिअरमध्ये मार्गदर्शक म्हणून

भूमिका बजावण्याची विनंती केली.

तो 1992 चा काळ. त्या वेळी भारत ज्या नव्या आर्थिक बदलांना सामोरा जात होता, त्या काळात चांगल्या कामासाठी बक्षिस आणि वाईट कामासाठी दंड ही संकल्पना तशी नवीन होती. माझ्या आठवणीनुसार ९०च्या दशकाच्या उत्तरार्धात भारतीय क्रिकेटपटूंनादेखील प्रोत्साहनपर बक्षीस मिळण्यास सुरुवात झाली असावी. त्यांनी जर झेल पकडला किंवा शतक वा अर्धशतक झळकावलं तर त्यांना असे प्रोत्साहनपर बक्षीस मिळत असे. ही नवी कार्यसंस्कृती उत्तेजित करणारी होती. दिलीपभाईंनी हे आव्हान त्यामुळेच स्वीकारलं. मी साऱ्या प्रक्रिया योग्य प्रकारे पार पडतील इतकंच पाहिलं, कारण या प्रकल्पासाठी लागणारी इच्छा शक्ती मुळातच त्यांच्याकडे होती.

****

याआधी पाहिल्याप्रमाणे MSME क्षेत्राला सल्लागार म्हणून एका जनरलिस्टची गरज असते. आधी प्रगती होऊन नंतर एका विशिष्ट टप्प्यावर त्यांची वाढ खुंटली, की मग त्यांच्यासमोर वेगळ्या प्रकारची आव्हानं उभी राहतात. त्यांना नंतर विशेषतज्ञाची गरज भासायला लागते. मी एका इलेक्ट्रिकल पॅनेल बनवणाऱ्या कंपनीचा सल्लागार म्हणून काम करतो आहे. जेव्हा मी लक्षवेध इन्स्टिट्यूट ऑफ लीडरशीप ॲन्ड एक्सलन्ससोबत काम करत होतो, तेव्हा हा उद्योजक विद्यार्थी म्हणून दाखल झाला होता. अशा अनेक जणांचा मी मार्गदर्शक म्हणून काम केलं. त्यांची वाढ होत असताना मी कायम त्यांच्यासोबत राहिलो. जेव्हा पुढं या उद्योगान पाच कोटी रुपयांच्या उलाढालीचा टप्पा गाठला, तेव्हा त्यांनी मला पुन्हा आपल्या नव्या मोठ्या

उलाढालीचा टप्पा गाठण्यासाठी मार्गदर्शन करायला बोलावलं. हा एक अत्यंत मोठ्या प्रमाणावर तांत्रिक ज्ञान लागणारा उद्योग आहे. नवीन कृत्रिम बुद्धिमत्ता व रोबोटिक्स यांसारख्या तंत्रज्ञानांचा वापर करून आणि नवनव्या प्रकारच्या कार्यपद्धतींना सामोरं जाण्याचं आव्हान स्वीकारूनच त्यांची वाढ होणार आहे. माझ्या ग्राहकाला या उद्योगाकडे कुणीतरी व्यावसायिक पद्धतीनं पाहायला हवं होतं. त्यात ग्राहकाच्या कोणत्या गरजांची पूर्तता होत नाही हे समजावून घ्यायचं होतं. या करता आम्ही मार्केटिंग, सेल्स, फायनान्स ते ग्राहक सेवा यासारख्या अनेक कार्यप्रणाली सुरळीत करून घेतल्या. यामुळे कंपनीला प्रगती करण्यासाठी योग्य चेतना मिळाली. याआधीही कंपनीनं कधीच वापरात न आणलेल्या कार्यपद्धती आम्हाला रुजवाव्या लागल्या. सुरुवातीला त्याला विरोध झाला, लोक वैतागले आणि त्यांनी सहकार्यही केलं नाही. मात्र नंतर जसजसे चांगले परिणाम दिसू लागले, त्या कार्यपद्धतींचा स्वीकार झाला. या बाबतीतही लोकांना नव्या, बदलत्या कार्यसंस्कृतीशी जुळवून घ्यावं लागलं, त्यातूनच आम्हाला यश मिळालं.

****

मी इथं रिजवानी असोसिएट्स एलएलपीच्या संचालिका श्रीमती संगिता रिजवानी यांचा उल्लेख करू इच्छितो. त्यांच्यासोबत माझं गेल्या दोन दशकांपासून व्यावसायिक नातं राहिलं आहे. त्या म्युच्युअल फंड आणि आर्थिक नियोजन या क्षेत्रात काम करतात. मात्र त्यांचे पती कै. मनोज रिजवानी आणि संगिताजी या दोघांचा मार्गदर्शक म्हणून एक सखोल भूमिका पार पाडताना मी त्यांच्या व्यवसायाला जवळून पाहिलं आहे. मी त्यांना त्यांच्या प्रवासात मदत केली आहे आणि त्यांना व्यावसायिक मार्गदर्शन केले आहे. त्यांनी उभारलेली ही कंपनी आज 'ऑटो पायलट'

पद्धतीने चांगली चालत आहे.

जीवन विमा उद्योगानं मला नेहमीच आकर्षित केलं आहे. भारताच्या लोकसंख्येपैकी केवळ ३.३०% लोकांकडे जीवन विमा आहे.जागतिक पातळीवर जवळ जवळ १७% लोकांकडे जीवन विमा आहे. त्यातूनच या व्यवसायाला किती मोठा वाव आहे याची आपल्याला कल्पना येईल. ९०च्या दशकात म्युच्युअल फंड उद्योग अगदी नवा होता. त्या वेळी नव्या संकल्पना शिकण्याबाबत सारे जण उत्सुक होते. भारतात उदारीकरणाचे आणि खुल्या आर्थिक धोरणाचे वारे वाहत होते. बाजारपेठेत तेजी होती. नवीन धोरणं आखली जात होती. केंद्र सरकारचा अर्थसंकल्प ही एक मोठीच गोष्ट असे. सारे जण त्याची वाट पाहत असत. त्या काळात बँकिंग, वित्तीय सेवा आणि विमा या क्षेत्रात अनेक नव्या गोष्टी घडत होत्या. नवनवीन आर्थिक उत्पादने बाजारात येत असल्यामुळे आर्थिक नियोजन करणाऱ्या लोकांना व एजंटांना विक्री प्रशिक्षण देण्याची गरज भासू लागली होती. या क्षेत्रात काम करायला मला नेहमीच आनंद वाटत असे आणि बहुधा माझ्या या उत्साहाचा सकारात्मक परिणाम रिजवानी दांपत्यावरही झाला असावा.

****

एकेकाळी माझी E&Y(Ernst & Young) यासारख्या उच्च श्रेणीच्या व्यवस्थापन सल्लागार कंपन्यांसोबत काम करण्याची इच्छा होती. पण काळाचा महिमा असा, की नंतर मीच नियुक्तीसाठी E&Y मधल्या एक्झिक्युटीव्ह्जच्या मुलाखती घेऊ लागलो. ग्राहकाच क्षितीज आपल्या क्षमतेपेक्षा जास्त विस्तारलं आहे आणि आपण त्याच्या गरजा पुऱ्या करू शकत नाही याची एकदा जाणीव झाली, की मी नेहमीच

त्यांना माझ्यापेक्षा अधिक तज्ञ व्यक्तीला नियुक्त करण्याचा सल्ला देतो. एकदा माझ्या ग्राहकाची कंपनी मोठी होत त्यांची उलाढाल पाचशे कोटींइतकी झाली. त्यांना आता एक क्रिकेट टीम खरेदी करायची होती. अशा प्रकारचं काम करण्याची माझी क्षमता नव्हती किंवा माझ्याकडे त्याबद्दलचं ज्ञानही नव्हतं. याकरता मग मी ग्राहकाला E&Y या सल्लागाराची नियुक्ती करायला सांगितली. मीच त्या लोकांची मुलाखत घ्यावी आणि नियुक्ती करावी याचा ग्राहकानं आग्रह धरला.

इथं वाचकांना मी किती वेगवेगळ्या प्रकारच्या उद्योगांमध्ये काम केलं आहे याची कल्पना येईल. जेव्हा सर्वोत्तम कार्यपद्धती आणि आंतरराष्ट्रीय गुणवत्ता मानांकनानुसार कंपनीचा पाया मजबूतपणे रचला जातो, जेव्हा मनातला उद्देश पवित्र आणि प्रामाणिक असतो, तेव्हा आपल्या ग्राहकाच्या सर्वाधिक हिताची कोणती गोष्ट आहे ती साध्य करण्यासाठी आपण सखोलपणे काम करणं पुरेसं असतं. मी हे अगदी सातत्यपूर्ण पद्धतीने करत आलो आहे.

***

मानवी संसाधनांबाबतची धोरणे

“कामावर योग्य लोकांना नियुक्त करण्याखेरीज अन्य कुठलीच दुसरी गोष्ट महत्त्वाची नाही. कारण शेवटी तुम्ही लोकांच्या जीवावर प्रगती करणार असता, तुमच्या धोरणांच्या नव्हे.”

- लॉरेन्स बॉसिडी

कंपनीत कधीच अकार्यक्षम कर्मचारी नसतात, एक तर अकार्यक्षम व्यवस्थापक असतात आणि खरंतर अकार्यक्षम व्यवस्थापकही नसतात, अकार्यक्षम मालक / संचालक असतात.

३एम- मानव संसाधन विषयक धोरण

आमच्या कर्मचाऱ्यांनी ज्याप्रकारे सर्वोत्तम ग्राहकांना वागणूक देणे अपेक्षित आहे, तशीच वागणूक आम्ही आमच्या कर्मचाऱ्यांना देतो.

- कोणे एकेकाळी भारतात औद्योगिक संबंधांसाठीचे व्यवस्थापक असत. १९६० आणि १९७०च्या दशकांमध्ये झालेल्या बदलांमुळे कंपन्यांमध्ये असलेल्या 'पर्सोनेल' विभागाचं रूपांतर मानव संसाधन (HR) विभागात झालं.

- आधुनिक काळातल्या आघाडीच्या कंपन्यांमध्ये असणाऱ्या मानवसंसाधन कार्यपद्धतीत लोकांबाबत सहानुभुती (Empathy) बाळगणे, माहितीवर लक्ष ठेवणे आणि धोरणे आखण्यासाठी विश्लेषण करणे ही तीन महत्त्वाची कामे केली जातात.

- MSME उद्योजकांपुढे असणाऱ्या अनेक आव्हानांपैकी प्रमुख आव्हानं मानव संसाधन क्षेत्रातली असतात. त्यांचा कर्मचाऱ्यांबाबत असणारा दृष्टिकोन मुख्यतः दोन प्रकारचा असतो.

मानवसंसाधन विभागाची सर्वांत मोठी जबाबदारी आणि प्राधान्य गुणवान लोकांना कंपनीकडे आकर्षित करणं हे असतं. त्यासोबतच कंपनी सोडून जाणाऱ्या लोकांचं प्रमाण कमी करणं आणि खर्चावर नियंत्रण ठेवणं हे दुसरं आव्हानही त्यांना पेलायचं असतं. त्यांच्यासमोर असणार तिसरं आव्हान म्हणजे सध्या असणाऱ्या कामगारांचं आणि ऑफिसमधल्या कर्मचाऱ्यांचं कौशल्य वाढवून उत्पादकतेत सुधारणा करणे. या उलट कर्मचाऱ्यांना नेहमीच काम आणि वैयक्तिक आयुष्य यातला समतोल साधणे, काही वेळा तणावांना सामोरे जाणे आणि आपण दिशाहीन असल्याची मनात भावना निर्माण होणे या गोष्टींना सामोरं जावं लागतं. दिवसेंदिवस नोकरी जाणे हा जीवनाचा एक भागच बनत चालला आहे. यामुळे कर्मचाऱ्यांच्या मनात मोठाच तणाव निर्माण झालेला असतो. त्यांचे मनोधैर्य रोजच खच्ची होत असते. कर्मचाऱ्यांच्या

आरोग्यावरही त्याचा अनिष्ट परिणाम होत असतो.

कर्मचारी वर्गाकडे कसे कसे पहिले जाते व जावे

दृष्टिकोन	आधुनिक दृष्टिकोन	पारंपरिक / MSME दृष्टिकोन
मनोवृत्ती	संपत्ती	अटळ असलेला त्रास
खर्च झालेला पैसा	ही गुंतवणूक आहे.	हा खर्च आहे. टाळता आला तर बरे
फायदा	आपल्याकडे योग्य कर्मचारी असतील तर आपण अधिक नफा मिळवू.	कर्मचारी नसले तर आपण अधिक नफा मिळवू शकतो.त्यांचा पगार (वाचलेला) नफ्यात वाढ करेल.
कंपनी	चांगले-उत्तम काम करण्यासाठी	कंपनी-काम चालू राहिले पाहिजे म्हणजे नफा कमावता येईल
वागणूक	आदर, विश्वास	अपमान, दुर्लक्ष, नावड, तुच्छ लेखणे, कर्मचाऱ्यांचे खच्चीकरण करणे
नवीन नियुक्ती करताना लक्षात ठेवण्याच्या गोष्टी	सर्व कर्मचारी मानवी संपत्ती म्हणून असणार नाहीत, पण योग्य कर्मचारी ही कंपनीची संपत्ती आहे आणि तसे कर्मचारी मिळवणे हे एक आव्हान आहे.	

कर्मचाऱ्यांना प्रशिक्षण आणि पुनर्प्रशिक्षण देणे हे अत्यंत महत्त्वाचे आहे.

कंपन्यांना आपल्या कर्मचाऱ्यांना प्रशिक्षण देणे किती महत्त्वाचे आहे हे समजायला हवे. कर्मचाऱ्यांना प्रशिक्षण देण्याबाबतच्या नेहमीच्या तक्रारी अशा :

१) यामुळे कर्मचाऱ्यांना उत्पादक गोष्टींपासून दूर ठेवावे लागते. त्याने उत्पादकता कमी होते.

२) कर्मचारी या गोष्टीचा कामापासून सुटका करून घेण्यासाठी उपयोग करतात आणि त्याकडे एक विरंगुळा म्हणून पाहतात.

३) कर्मचारी प्रशिक्षण घेऊन आल्यावरही कामात कुठलीच सुधारणा दाखवत नाहीत.

४) यामुळे विनाकारण संसाधन खर्च होऊन कोणताच फायदा मिळत नाही.

असे प्रश्न उभे राहण्याचे कारण म्हणजे कर्मचाऱ्यांसाठी घेतल्या जाणाऱ्या प्रशिक्षणाचं व्यवस्थापन आणि त्याची कार्यवाही नीटपणे केली जात नाही. ज्या कर्मचाऱ्यांचं ज्ञान, कौशल्य, दृष्टिकोन यांच्यामुळे कामामध्ये चांगली कामगिरी होत नाही त्यांना प्रशिक्षण देऊन या त्रुटी दूर केल्या गेल्या पाहिजेत. मात्र अनेक कंपन्यांना आपल्या कर्मचाऱ्यांचं ज्ञान, कौशल्यं किंवा दृष्टिकोन यातले दोषच मुळात लक्षात येत नाहीत. त्याऐवजी कर्मचाऱ्यांना पुढील गोष्टींकरता प्रशिक्षणाला पाठवलं जातं :

१) प्रशिक्षणाचा ठराविक कोटा पूर्ण करण्यासाठी

२) गरज म्हणून नव्हे तर एक परंपरा किंवा उपचार म्हणून

३) शिस्त लावण्यासाठीची कारवाई म्हणून

४) कर्मचाऱ्याने तशी विनंती केलेली असते म्हणून

माझा **MSME** सोबत काम करण्याचा अनुभव पुढीलप्रमाणे आहे :

जरी आपण सगळे कंपन्यांच्या चालकांना उद्योजक म्हणत असलो तरी लहान म्हणजे SME चे चालक खरे उद्योजक नसून ते केवळ स्वयंरोजगारी असतात. त्यांपैकी बहुसंख्य लोक मनात तीव्र इच्छा आणि व्यावहारिक हुशारी असल्यामुळे व्यवसायात पडलेले असतात. इतर बहुसंख्य सामान्य लोकांत हे गुण नसल्याने असे लोकच उद्योजक होऊ शकतात. अशा प्रकारचे उद्योजक शाळा कॉलेजामध्ये वर्गातल्या शेवटच्या बाकावरचे विद्यार्थी असतात. त्यांना शिक्षणाविषयी कुठलीच आस्था नसते. बहुसंख्य कंपन्यांमध्ये सुशिक्षित असणे हा जणू एक शापच आहे, पण तिथे प्रत्यक्ष कामाचा अनुभव असणं मात्र महत्त्वाचं असतं. अशा छोट्या कंपन्यांच्या मालकांना शिक्षण आणि अनुभव ही एकाच रथाची दोन चाकं आहेत हे लक्षात घेणं अत्यंत जरुरीचं आहे. ही दोन्ही चाकं परस्परांना पूरक असतात. ती एकमेकांविरोधात नसतात .

वर उल्लेख केलेला नकारात्मक दृष्टिकोन बहुतेक ठिकाणी आढळत असल्यानं प्रशिक्षणाकडं कर्मचाऱ्यांची कामगिरी सुधारावी याकरता आणि परिणामी कंपनीच्या कामगिरीत होणारी सुधारणा या दृष्टिकोनातून पाहिले जात नाही. अशा प्रकारच्या संकुचित दृष्टिकोनामुळे बहुसंख्य

कंपनी मालक अनुभव आणि शिक्षण यांची समृद्ध पार्श्वभूमी असलेल्या सल्लागारांची नियुक्ती करायला सुद्धा नाखूषच असतात. एकंदरीतच सगळ्या उद्योजकांमध्ये – 'आपण व्यवसाय इतकी वर्ष चालवत आहोत, मग कुठला तरी बाहेरचा माणूस सल्लागाराच्या भूमिकेत शिरून आपल्या कंपनीबद्दल आपल्यापेक्षा अधिक चांगल्या प्रकारे कसं काय जाणू शकेल?' असा दृष्टिकोन असतो. प्रत्येक व्यवसायाकडे एखाद्या मुंगीसारखं सूक्ष्म नजरेनंही पाहिलं पाहिजे आणि एखाद्या पक्ष्याप्रमाणे अगदी उंचावरूनही त्याचा वेध घेतला पाहिजे याची आवश्यकता त्यांनी समजून घेतली पाहिजे. व्यवसायांचे मालक आपल्या कामकाजामध्ये इतके गुंतून गेलेले असतात, की त्यांना दूरदृष्टी (पक्षी नजर) ठेवता येत नाही. एकाच वेळी या दोन्हीही दृष्टिकोनांचा समतोल साधणं अशक्य असल्यानं त्यांना बाहेरून कोणाची तरी व्यावसायिक मदत घेणं जरूरीचं बनतं.

जेव्हा एखादा उद्योजक व्यवसायाला सुरुवात करतो, तेव्हा शिपाई, विक्रेता, शॉप फ्लोअरवरचा कामगार, अकाउंटंट आणि फायनान्स वगैरे गोष्टी बघणं ही कामे तो स्वतःच करत असतो. छोट्या व्यवसायामध्ये मालकाच्या अवतीभवती असणाऱ्या लोकांच्या कल्पनाही त्याला उपयोगी पडू शकतात. त्याला मानसिक आधार देण्याचं काम हे लोक करत असतात . छोट्या व्यवसायाच्या मालकाला विक्री, ग्राहकांकडून येणे असलेली रक्कम, बँकेतली शिल्लक इ. गोष्टी हाताच्या बोटांवर असतात. मात्र जसजशी व्यवसायाची वाढ होऊ लागते, तसतशी ही यंत्रणा आता अपुरी पडू लागते. याखेरीज जेव्हा कंपनी एका विशिष्ट पातळीपेक्षा मोठी होते, तेव्हा मालकाला आधी ज्या कार्यपद्धतींनी यश मिळवून दिलं आहे, त्या सोडून द्याव्या लागतात. व त्याला आजवर

ठाऊक नसलेले, व्यवसायवृद्धीचे नवे मार्ग शोधावे लागतात. उदा., व्यवसायाच्या सुरुवातीच्या काळात त्याला कंपनीतल्या पै न पैचा हिशेब अगदी तोंडपाठ असतो, पण जसजशी व्यवसायाची वाढ होते, तसतशी त्याला इतकी आकडेवारी लक्षात ठेवणं अशक्य होऊन बसतं. त्याला असलेल्या व्यवहार ज्ञानामुळे तो एका विशिष्ट पातळीपर्यंत येऊन पोचतो. मात्र ती पातळी येऊन पोचल्यानंतर, या कंपनीला विशिष्ट क्षेत्रातल्या तज्ज्ञांनी दिलेली मार्गदर्शन मिळवून मगच पुढील प्रगती करणं शक्य होतं. उदा. सांख्यिकी, सेल्स-मार्केटिंग, मानवी संसाधनांचे व्यवस्थापन, आर्थिक व्यवस्थापन इत्यादी क्षेत्रांमध्ये तज्ज्ञ सोबत असणं जरुरीचं असतं. ही पातळी २५ लाख, ५० लाख, ७५ लाख, १ कोटी, १० कोटी, ५० कोटी, १०० कोटी अशी कोणतीही असू शकते. या प्रत्येक टप्प्यावर वेगवेगळे अडथळे येतात. अशा प्रत्येक टप्प्याला जुन्या पद्धतींचा त्याग करावा लागतो आणि नवीन तंत्र शिकून घ्यावी लागतात. अशा प्रकारे बदलाला सतत सामोरं जाणं अत्यंत तणावाचं असतं.

याचा परिणाम म्हणजे मालक अशा प्रकारची आव्हानं नाकारण्यासाठी 'शहामृगासारखी मनोवृत्ती' स्वीकारतात. (शहामृगासारखं वागणं म्हणजे अनेकदा नकारात्मक माहितीकडे दुर्लक्ष करणं, मग भले ती माहिती त्यांच्या प्रगतीबाबतचं निरीक्षण नोंदवणारी का असे ना! अशा प्रकारच्या कठीण परिस्थितीला सामोरे जाण्यापेक्षा, लोक शहामृगासारखे वाळूत आपलं डोकं खुपसून बसणं पसंत करतात.)

आयुष्यभर मला चेतना देणारा जीवनाचा उद्देश

"तुम्हाला जे ध्येय उत्तुंग वाटते त्याला वाहून घेणे हाच जीवनातील खरा आनंद आहे. ती निसर्गाची एक शक्ती असते. "जगाने माझ्या आनंदासाठी काहीच केल नाही" मी अशा तापदायक, स्वार्थी दुगुण्या झाडत नाही व कुरकुर देखील करत नाही. "माझे जीवन संपूर्ण समाजाचे आहे असे माझे मत आहे". जोपर्यंत मी जिवंत आहे तोपर्यंत समाजासाठी माझ्याकडून जे काही करता येईल ते करण्याची मला विशेष संधी मिळालेली आहे. मरताना मला पूर्णपणे खाली होऊन जायचं आहे. मी जितके जास्त कष्ट करतो तितके अधिक जगतो. माझ्यादृष्टीने आयुष्य म्हणजे केवळ क्षणभर पेटून विझून जाणारी लहानशी पणती नाही, ती एक दिव्य मशाल आहे. मी ती काही काळ उंचावणार आहे. शक्य तितक्या तेजस्वीपणे माझ्या कामातून ती पेटती राहायला हवी" आणि नंतर भावी पिढीला सुपूर्द करायची आहे.

-जॉर्ज बर्नार्ड शॉ

'मी हाडाचा शिक्षक आहे' ही गोष्ट माझ्या खूप लवकर लक्षात आली याबद्दल मला आनंद वाटतो. तेव्हा मी सल्लागार, प्रशिक्षक आणि समुपदेशक या व्यवसायांमध्ये शिरलो. आजही ही गोष्ट मला पुढचा प्रवास करायला प्रेरक ठरते आहे.

या जाणीवेमुळे मी संपूर्ण उर्जेसह आपल्या कामाला वाहून घेतो. त्यात इतका गुंतून जातो, की अनेकदा मी तहानभूक हरपून जातो. यात

असणारी माझी गुंतवणूक आनंददायी असते, कारण मला या कामाचा कधी दबाव जाणवत नाही. आज मी मागे वळून पाहतो, तेव्हा एक गोष्ट लक्षात येते. ती म्हणजे - मला शिकवायला खरोखरच खूप आवडते. जे लोक माझे मार्गदर्शन घ्यायला उत्सुक असतात, त्यांचं आयुष्य बदलण्यासाठी मी मागे-पुढे न पाहता कोणत्याही पातळीपर्यंत जाऊन मदत करतो. मात्र सर्वांत महत्त्वाची गोष्ट म्हणजे ही उपाययोजना करताना मी घालून दिलेल्या प्रक्रियांवर त्याची दृढ निष्ठा आणि विश्वास असणे जरुरीचे असते. या उपाययोजना तात्पुरत्या, मलमपट्टीसारख्या नसून, त्या दीर्घकालीन, खात्रीशीर लाभ मिळवून देणाऱ्या असतात. अर्थातच मला आपण एक जन्मजात शिक्षक असल्याचा साक्षात्कार आणि आपण घडवून आणत असलेले सकारात्मक बदल यांची जाणीव काही एका रात्रीत जादूने झालेली नाही. एकीकडे, हा प्रवास कितीही आनंददायक असला, तरीही दुसरीकडे स्वतःच्या प्रक्रिया पुनःपुन्हा तपासणे नव्या प्रक्रिया शोधून काढणे, कौशल्य वाढवत ठेवणे आणि बदलत्या गरजांनुसार स्वतःला बदलत राहाणे या साऱ्या गोष्टींकडे माझं नेहमीच लक्ष असत. आज उद्योग - व्यवसाय पूर्वीपेक्षा कितीतरी अधिक वेगानं बदलत आहे. तंत्रज्ञान दर क्षणाला विकसित होते आहे. आश्चर्यकारक शोध लागणं आता नेहमीचंच झालेलं आहे. ग्राहकांचं वर्तन वेगानं बदलतं आहे. खास करून कोरोनाच्या महासाथीनंतर आत्ताच्या जगात अधिक वेगवान हालचाली करण्याची आणि आपल्या व्यवसायाला असणारे धोके कमी करण्याची गरज पूर्वीपेक्षा खूपच अधिक आहे. पूर्वी कंपन्यांचे चालक वर्षातून एकदा छानशा रिसॉर्टमध्ये बसून आपली सारी ध्येयधोरणं ठरवत असे. हे काम पाचेक दिवस चालायचे. आता कंपनीचा मार्ग बदलण्यासाठीचा आढावा घेण्यासाठीच्या मीटिंगस दर तीन महिन्याला घेणं जरुरीचं झालं आहे.

****

आज मी मागे वळून पाहतो, तेव्हा एक गोष्ट माझ्या लक्षात येते. ती म्हणजे - मला शिकवायला खरोखरच आवडतं. जे लोक माझं मार्गदर्शन घ्यायला उत्सुक असतात, त्यांचं आयुष्य बदलण्यासाठी मी मागे-पुढे न पाहता कोणत्याही पातळीपर्यंत जाऊन मदत करतो.

****

MSME क्षेत्र याहून वेगळं नाही. तिथेही याच प्रकारचा प्रयत्न करणं आणि जाणीव वाढवणं गरजेचं आहे. या क्षेत्रालाही स्वतःची वाढ करण्याची आणि त्यातून मोठ्या प्रमाणावर विस्तार झालेली कंपनी बनण्याची गरज आहे. भविष्यात जागतिक पातळीवरही काम करण्याची मनाची तयारी असली पाहिजे. कंपन्यांच्या अशा पुढच्या प्रवासात मी पुन्हा एकदा त्यांच्या साथीला असतो.

गेल्या काही वर्षात मला बऱ्याच लोकांच्या वागण्याचा विशिष्ट पॅटर्न लक्षात आलेला आहे. पहिली गोष्ट म्हणजे या लोकांना माझ्या प्रशिक्षण कार्यक्रमात बसायला नको वाटतं. माझा सल्ला ऐकायलाही त्यांचा विरोध असतो, तो अंमलात आणण्याची गोष्ट तर दूरच. अनेकदा माझी प्रशिक्षण सत्रं मला अशा आडमुठेपणा करणाऱ्या व्यक्तींसोबत आणि 'मला सर्व काही आधीच ठाऊक आहे', 'हा मला नवीन काय शिकवणार?' असा दृष्टिकोन असणाऱ्या व्यक्तींसमोर घ्यावी लागतात. आणखी एक निरीक्षण म्हणजे, माझ्यासमोर बसणाऱ्या लोकांची देहबोली. जर समोरचा माणूस आपल्या छातीवर हातांची घडी घालून बसलेला असेल, तर तो आपल्याला असणाऱ्या आपल्यात बदल टाळण्याचा

प्रयत्न करत असल्याचे सूचित होते. बचावात्मक देहबोली असण्याचे हे एक नेहमी आढळणारे लक्षण आहे. सत्राला सुरुवात करताना अशा लोकांच मन मोकळं करणं, त्यांच्याकडून त्यांच्या भावना व्यक्त करून घेणे हेच आधी मुख्य काम होऊन बसतं.

माझ्या खूप आधी लक्षात आलेली दुसरी एक गोष्ट म्हणजे, जोवर मी माझे सत्र मनोरंजनात्मक करत नाही, तोवर त्यांचं लक्ष मला वेधून घेता येत नाही. मी शिकवलेल्या गोष्टी त्यांच्या मनात पक्क्या झाल्या आहेत याची खात्री मला करून घेता येत नाही. जर मी सांगितलेल्या गोष्टी त्यांच्या मनामध्ये रुजल्या आहेत हे कळलं, तर ते यश मानता येतं. यामुळं नंतरच्या पाठपुराव्याची म्हणजे फॉलोअपची सत्रं महत्वाची ठरतात. सुरुवात करण्यासाठी त्यांना गुंतवून ठेवणं महत्त्वाचं असतं. नाहीतर लोक केवळ देहानं अशा सत्राला उपस्थित असतात खरे, पण त्यांचं मन मात्र दुसरीकडंच भरकटलेलं असतं.

आजवर केलेल्या सर्वांत यशस्वी कामांपैकी एका ग्राहकाची गोष्ट इथं सांगतो :

ग्राहकाच नाव : कोरिएंट बिझनेस सोल्युशनस

कोरिएंट ही कंपनी अकाउंटिंग, पे रोल, कन्सल्टिंग, बॅक ऑफिस, अॅनॅलिटिक्स आणि मॅनेजमेंट इन्फॉर्मेशन सर्व्हिसेस यांसारख्या अकाउंटिंग व्यवसायांशी संबंधित असलेल्या सेवा पुरवते. उत्तम, गुणी लोक आणि तंत्रज्ञान यांच्या एकत्रित वापरामुळे ती आपल्या ग्राहकांना अशा सेवा देऊ शकते.

कोरिएंट हे नाव क्लायंट (C) ओरिएंटेड कंपनी या शब्दांवरून तयार करण्यात आलेलं आहे. ही कंपनी करत असलेल्या सर्व गोष्टींच्या केंद्रस्थानी तिचे ग्राहक असतात. ही कंपनी आपल्या सर्व सेवा अत्याधुनिक (जगातील सर्वोत्तम) प्रक्रियांच्या साहाय्याने त्या ग्राहकाच्या कंपनीच्या कार्यसंस्कृतीशी जुळवून घेऊन त्यांना गरजेप्रमाणे (टेलरमेड सेवा) पुरवते. यामुळे ग्राहक आपल्या मुख्य व्यवसायाकडे लक्ष देऊ शकतो.

या कंपनीत माझं काम काय होतं : या कंपनीची विक्री आणि नफा आहे त्याच्या १० पट वाढवणे.

मी कोरिएंटचे सीईओ आणि संस्थापक श्री. सचिन लोहाडे यांना लक्षवेध इन्स्टिट्यूट ऑफ लिडरशीप अँड एक्सलन्स इथे भेटलो होतो. तिथे त्यांचा सर्वोत्तम सीईओ म्हणून सत्कार करण्यात आलेला होता. आमचा परस्पर संवाद अगदी सहज सुरू झाला. आमचं सारं बोलणं ‘गुड टू ग्रेट’ आणि ‘बिल्ट टू लास्ट’ या जिम कॉलिन्स नावाच्या लेखकानं लिहिलेल्या पुस्तकांभोवती झालं. एखाद्या वाढ होत असलेल्या कंपनीकरता ही पुस्तकं अत्यंत मोलाची आहेत. त्यात अतिशय महत्त्वाच्या संकल्पना दिलेल्या आहेत त्या पुढीलप्रमाणे:

१) पाचव्या स्तरावरचे (लेवल फाईव्ह) नेतृत्व

२) प्रथम योग्य व्यक्तींना कामावर घ्या... नंतर काय काम करायचं हे ठरवा (फर्स्ट हू... देन व्हॉट)

३) कठोर वास्तवाला सामोरे जा, पण आपल्या ध्येयावरील विश्वास ढळू देऊ नका

४) हेजहॉग (Hedgehog) संकल्पना

५) शिस्तबद्ध कार्य संस्कृती

६) तंत्रज्ञान – वेग वाढवण्यासाठीच्या गोष्टी

७) यशाची चढती कमान आणि विनाशाचा भोवरा (फ्लाय व्हिल आणि डूम लूप)

८) चांगल्याकडून उत्कृष्टतेकडे आणि तिथून चिरंतन टिकून राहण्याकडे.

सचिन यांनी मला विचारलेला प्रश्न आजही स्पष्टपणे आठवतो :

"मी या सगळ्या संकल्पना आमच्या कंपनीमध्ये कशा राबवू शकेन?"

याच टप्प्यावर मग सचिन यांनी मला या संकल्पना कंपनीत राबवण्यासाठी नियुक्त करण्याचा निर्णय घेतला. कंपनीचा मार्गदर्शक बनण्याची त्यांनी मला विनंती केली आणि आमचा एकत्र प्रवास सुरू झाला.

त्यांच्या कार्यपद्धतीची प्रक्रिया मी आणखी सोपी केली. त्यामुळे

अत्यंत चांगले परिणाम दिसू लागले. अनेकदा या मधल्या संकल्पना गुंतागुंतीच्या असतात, काही वेळा तर अगदी कठोरपणे निर्णय घ्यावे लागतात. मात्र मला जे शिकवायचं होतं ते सचिन आणि त्यांच्या टीमने चटकन आत्मसात केलं आणि अपेक्षित यश प्राप्त केलं. व्यवस्थापनाच्या पुस्तकांमध्ये खूप सारं ज्ञान तर दिलेलं असतं, पण त्याची प्रत्यक्षात अंमलबजावणी करणं अनेकदा कठीण असतं. माझ्या शिकवण्याच्या आणि काम करण्याच्या पद्धतीमुळे कोरिएंटला नवं यश मिळालं. आमची एकत्रित वाटचाल गेली कित्येक वर्ष सुरूच आहे.

सचिन यांना मी आणखी एका बाबतीत मदत केली. ती म्हणजे त्यांच्या वैयक्तिक जीवनातली द्विधा मनस्थिती दूर करणे. त्यांचा अध्यात्मिक क्षेत्राकडे ओढा आहे. त्यामुळे आपल्या उत्पन्नाच्या मर्यादेत राहणं, केवळ आवश्यक आणि किमान गोष्टींचा वापर करणं अशी तत्त्वे ते आचरणात आणत असतात. मात्र त्यातून त्यांच्या कंपनीच्या वाढीचा आणि नफा मिळवण्याचा उद्देश या दोन्हीही गोष्टी परस्पर विरोधी ठरतात. मी मग त्यांना महात्मा गांधींचं 'विश्वस्त' म्हणून काम करण्याचं तत्त्वज्ञान समजावून सांगितलं. अशा प्रकारे विश्वस्त बनणं ही सामाजिक-आर्थिक जबाबदारी असल्याचं तत्वज्ञान गांधीजींनी मांडलं होतं. यामध्ये **श्रीमंत लोक आपल्या व्यवसायाचे विश्वस्त बनून एकंदर जनतेच्या कल्याणाची काळजी घेतात.**

या कल्पनेचा सचिन यांच्यावर खूपच प्रभाव पडला. त्यांना आता आपल्या आयुष्याचं ध्येय सापडलं होतं. या दिशेनं आणखी प्रवास करण्यासाठी मी त्यांना समाजोपयोगी कामांमध्ये अधिक लक्ष केंद्रित करण्यास सांगितलं. त्यातही विशेष करून प्राण्यांचं हित, वृक्षारोपण,

वृक्षांना नियमित जलसिंचन, इ. कामांचा पुरस्कार करायला सांगितला. अशा प्रकारचे उपक्रम सुरू झाल्यावर त्यांना आयुष्यात योग्य समतोल साधता आला.

उद्योजकांना नेहमीच अशा प्रकारच्या आव्हानांना सामोरं जावं लागतं. तुमच्या जीवनातली प्रमुख मूल्ये आणि विश्वास कंपनी चालवण्याकरता महत्त्वाची असतात हे खरंच, मात्र तुम्ही ती प्रत्यक्षात कशी अंमलात आणता हेही तितकंच महत्त्वाचं असतं.

माझी जेव्हा कोरिएंटचा सल्लागार म्हणून नियुक्ती झाली, तेव्हा तिथे १५० लोक काम करत होते. आज तिथल्या कर्मचाऱ्यांची संख्या जवळपास ४५० झाली आहे. माझ्याकडून काय अपेक्षित आहे याबद्दल स्पष्टपणे सांगण्यात आलेलं असलं, तरी पहिल्यांदा दिलेल्या माहितीचा अभ्यास केल्यावर खरा प्रश्न कंपनीच्या व्यवस्थापनातल्या वरच्या पातळीवर आहे असं माझ्या लक्षात आलं. नेहमीच कुठलाही 'बॉटलनेक' हा बाटलीच्या वरच्या भागातच असतो ना!

केवळ एखादी गोष्ट हवी असणं, तिची तीव्र इच्छा असणं किंवा महत्त्वाकांक्षा असणं पुरेसं नाही. ते साध्य करू इच्छिणाऱ्याला प्रत्यक्ष संघर्षभूमीवर उतरणंही आवश्यक असतं. अशा व्यक्तीला कठोर निर्णय घ्यावे लागतात. आव्हानांच्या नजरेला नजर भिडवून त्यांना स्वीकारावं लागतं. अशा वेळी पळून जाऊन चालत नाही. मात्र याकरता सर्वांत महत्त्वाची गोष्ट म्हणजे पहिल्यांदा आपल्या मनोभूमिकेत बदल करण्याची तयारी ठेवली पाहिजे. आपल्याला कंपनीची किती वाढ करायची आहे, तिला कुठवर घेऊन जायचं आहे याचं चित्र सतत

मनासमोर उभं केलं पाहिजे. त्याबद्दल सतत स्वतःला सांगत राहिलं पाहिजे. जर तुम्ही छोटी महत्त्वाकांक्षा ठेवली तर तुम्ही छोटेच राहाल. जर तुम्ही मोठी महत्त्वाकांक्षा ठेवलीत, आपली क्षितिजं विस्तारलीत, समोरचा कॅनव्हास अधिक भव्य निवडलात आणि कल्पनाशक्तीला ताण दिलात, तर मग खरोखरच मोठ्या गोष्टी घडू लागतात. इच्छाशक्तीद्वारे हव्या तशा गोष्टी घडवून आणण्याच्या शक्तीला कमी लेखून चालणार नाही. अशा प्रकारे मनातल्या गोष्टी प्रत्यक्षात उतरवण्याची कला मला सर्वप्रथम कोरिएंटच्या संस्थापकांच्या आणि वरच्या पातळीवरच्या एक्झिक्युटिव्हजच्या मनात ठसवावी लागली. त्यांनी या कल्पनेचा स्वीकार करून मग ती राबवायला सुरुवात केल्या केल्या आम्ही निम्मी लढाई तिथेच जिंकली होती.

****

व्यवस्थापनाच्या पुस्तकांमध्ये खूप सारं ज्ञान तर दिलेलं असतं, पण त्याची प्रत्यक्षात अंमलबजावणी करणं अनेकदा कठीण असतं. माझ्या शिकवण्याच्या आणि काम करण्याच्या पद्धतीमुळे कोरिएंटला नवं यश मिळालं. आमची एकत्रित वाटचाल गेली कित्येक वर्ष सुरूच आहे.

****

त्यानंतर मग कंपनीच्या कामाचं विश्लेषण करण्याची वेळ आली. मी तिचा सखोल अभ्यास केला. प्रत्येक विभागातल्या बारीकसारीक गोष्टींची माहिती मला करून घ्यावी लागेल असं मी त्यांना सांगितलं. अपेक्षेप्रमाणे सुरुवातीला याला मोठ्या प्रमाणावर विरोध झाला. मात्र काही काळानं प्रत्येकालाच चांगले परिणाम दिसू लागले. शेवटी कुठल्याही धोरणापेक्षा

कार्यसंस्कृती अधिक महत्त्वाची असते. लोकांकडून अपेक्षित परिणाम साध्य करून घेण्याआधी कार्यसंस्कृती रुजवावी लागते. ही गोष्ट सोपी नव्हती, कारण मला नव्या प्रक्रिया आणि यंत्रणा तिथं राबवाव्या लागल्या. काही लोकांच्या वागण्यात बदल घडवून आणावा लागला. ही गोष्ट सर्वांत कठीण होती खरी, मात्र हे सारं कंपनीच्या हिताकरता चाललेलं होतं.

****

आपल्याला कंपनीची किती वाढ करायची आहे, तिला किती पुढे घेऊन जायचं आहे याचं चित्रं सतत मनासमोर उभं केलं पाहिजे. त्याबद्दल सतत स्वतःला सांगत राहिलं पाहिजे. जर तुम्ही छोटी महत्त्वाकांक्षा ठेवली तर तुम्ही छोटेच राहाल. जर तुम्ही मोठी महत्त्वाकांक्षा ठेवलीत, आपली क्षितिजं विस्तारलीत, समोरचा कॅनव्हास अधिक भव्य निवडलात आणि कल्पनाशक्तीला ताण दिलात तर मग खरोखरच मोठ्या गोष्टी घडू लागतात.

****

कंपनीतल्या एका क्षेत्राच्या काही कामकाजांमध्ये मला ठाम भूमिका घ्यावी लागली. ते क्षेत्र होतं मानव संसाधन म्हणजेच एचआर. खरं तर हे मला सर्वांत प्रिय असणारं क्षेत्र. विक्रीकरता योग्य लोकांची निवड करणे, त्यांची मनोभूमिका तयार करणे आणि त्यांना प्रशिक्षित करणे, विक्री दरम्यान ते देत असलेल्या माहितीच्या भाषणामध्ये सुधारणा करणे, योग्य बाजारपेठांवर लक्ष केंद्रित करणे आणि आवश्यक तेव्हा विक्रीकरता व्यापक धोरणे आखणे या गोष्टी मला आवडतात. कंपनीचे संचालक प्रत्यक्ष रुपात हे आणू शकत असल्याने असा बदल

कंपनीमध्ये घडवून आणणे ही माझी भूमिका होती. त्यांना मी चालना देणं आवश्यक होतं. आम्ही विक्रीच्या धोरणांचा पुन्हा अभ्यास केला. योग्य ग्राहक मिळण्यासाठी काही नवे मार्ग उपलब्ध होते. मग हे नवे ग्राहक मिळवण्याकरता आम्ही काम करायला सुरुवात केली. त्याकरता गुगल ॲडस्, सोशल मीडिया, डिजिटल मार्केटिंग ते सर्च इंजिन ऑप्टिमायझेशन (SEO) यांसारखे सर्व मार्ग वापरायला सुरुवात केली. ज्या ज्या उपाययोजनांचा फायदा दिसत होता, त्यांवर आम्ही आणखी ऊर्जा लावली. त्यांवर अधिकाधिक प्रमाणात काम करू लागलो. ज्या गोष्टींमुळे अपेक्षित परिणाम दिसत नव्हते त्या बंद केल्या.

अखेर आम्ही ७.५ पट वाढ साध्य करू शकलो. ती त्यांच्या सरासरी वार्षिक वाढीच्या दराच्या दुपटीहून अधिक होती. आज ही कंपनी आणखी विस्तार करू पाहते आहे. मी अजूनही त्यांना यासाठी सल्ला देण्याचं काम करत असतो. या सगळ्या क्षेत्रात मी तज्ञ नाही. मात्र कंपनीला चालना देणे, वेगवेगळ्या उपक्रमांसाठी पाया तयार करणे, नि:पक्षपणे कंपनीच्या बाबींचं विश्लेषण करणे आणि नवनव्या उद्दिष्टांनुसार धोरणं बदलणे ही माझी क्षमता कोरिएंटला ठाऊक होती.

****

शेवटी कुठल्याही धोरणापेक्षा कार्यसंस्कृती अधिक महत्त्वाची असते. लोकांकडून अपेक्षित परिणाम साध्य करून घेण्याआधी कार्यसंस्कृती रुजवावी लागते

****

वाचकासाठी प्रश्न:

१) तुम्ही आपल्या उद्देशाची स्पष्ट व्याख्या करण्याचा प्रयत्न केला आहे का?

२) तुमच्या आयुष्याचं उद्देश काय आहे (वैयक्तिक आणि व्यावसायिक)?

***

माझी मूल्यव्यवस्था कोणती आहे?

“आपले विचार नेहमी सकारात्मक ठेवा, कारण ते तुमचे शब्द बनतात. आपले शब्द नेहमी सकारात्मक ठेवा, कारण त्यानुसार तुमची कृती होत असते. आपली कृती सकारात्मक ठेवा, कारण त्यातून सवय तयार होत असते. आपल्या सवयी सकारात्मक ठेवा, कारण त्यातून तुमची मूल्ये बनत असतात. आपली मूल्ये सकारात्मक असू द्या, कारण त्यातूनच तुमचं भविष्य घडत जातं.”

- महात्मा गांधी

आपण अनेकदा म्हणतो, “तो किंवा ती एक आदर्श व्यक्ती आहे.” प्रत्येक व्यक्तीची काही ठोस मूल्यं असतात. तुमची प्रतिमा नेमकी कशी आहे? बाहेरच्या जगात तुम्हाला कशावरून ओळखलं जातं? एखाद्या खोलीत तुम्ही प्रवेश करता तेव्हा तुमची तुमच्या कडून खोलीमधील लोकांच्या काय अपेक्षा असतात ?

तुमची मूल्यव्यवस्था तुमची प्रतिमा ठरवत असते. तुम्ही मुद्दाम ती दाखवली नाही, तरी लोकांच्या ते लक्षात येतेच. तुमच्या आजूबाजूचे लोक ती चटकन ओळखतात. त्याबद्दल बोलतात. अगदी लहानपणापासूनच आपल्या आई-वडिलांना ती दिसत असते. लहानपणी तुम्हाला ते 'बदमाश' म्हणून हाक मारत असल्याचं आठवतं का? कुठलेच आईवडील आपल्या मुलांना नकारात्मक अर्थानं अशी हाक मारणार नाहीत. अशा वरवर नकारात्मक दिसणाऱ्या उल्लेखांतून त्यांना आपण किती हुशार आहोत, कसे हट्टी (चिवट) आहोत, कसे नाठाळ (निर्धारपूर्वक वागणारे) आहोत, कसे आपण हेका सोडत नाही (अथकपणे काम करून घेतो) आणि कुठल्या ना कुठल्या प्रकारे आपला मार्ग काढतो, आपण निष्पाप आहोत, असंच म्हणायचं असतं. या साऱ्याची सुरुवात घरातूनच होत असते.

आपण मोठे झाल्यावर आपल्याला आपली मूल्यव्यवस्था हळूहळू समजू लागते. माझंही अगदी असंच झालं. आपल्याला कोणत्या गोष्टी सहन होत नाहीत आणि आपण कोणत्या गोष्टींबाबत तडजोड करत नाही हे मला आपोआपच कळू लागलं.

आजवरच्या आयुष्यभरात मी आचरणात आणलेली काही महत्त्वाची मूल्ये तुम्हाला सांगतो. मी लोकांना जे सांगत असतो, ते स्वतः आचरणात आणतोच. मी ग्राहक कंपन्यांना त्यांचं चिरंतन राहण्यासाठीचं विधान (Tombstone Statement), त्यांचं ध्येय आणि उद्दिष्ट यांचं विधान (मिशन आणि व्हिजन स्टेटमेंट) तसंच मुख्य मूल्ये लिहून काढायला सांगत असेन, तर मग मी स्वतःकरतादेखील हे करणार नाही का?

माझ्या जीवनातली प्रमुख मूल्ये खालीलप्रमाणे :

- सचोटी : मनातल्या गोष्टी आणि बाह्य वागणे यात फरक नसणे.
- आदर : व्यक्ती कोणीही असो, तिला आदरानेच वागवले गेले पाहिजे.
- समता : सर्व लोक जन्मतः समान आहेत.
- उत्साह : कुठलीही गोष्ट उत्साहपूर्वक करणे.
- वैज्ञानिक दृष्टिकोन : विज्ञान वादी विचार अमलात आणणे.
- योगदान : एखाद्या परिस्थितीमध्ये / जीवनामध्ये आपले योगदान देणे.
- कायझन : परिस्थिती कशीही असो, प्रत्येक गोष्टीत सातत्यपूर्वक सुधारणा करता येते.
- बांधिलकी : एकदा वचन दिले, की काहीही झालं तरी पुरे करणे.
- आयुष्यभराकरता विद्यार्थी असणे.
- दीपस्तंभ तत्व:- संपूर्ण जीवनाला दिशादर्शक, मार्गदर्शक असणारी आध्यात्मिक तत्वे. उदा. – खरे बोलणे, प्रामाणिकपणा सचोटी, इ.
- यांपैकी काही मूल्यांबद्दल मी वाचकांशी विस्तारानं संवाद साधू इच्छितो :

उत्साह :

मी हाती घेतलेल्या कामात पूर्णपणे झोकून देतो आणि त्यात गुंतून जातो. त्याकरता मग मी कुठलीही पातळी गाठू शकतो. याचे दुष्परिणाम मला नीटपणे ठाऊक आहेत, पण या बाबतीत मी स्वतःला रोखू शकत नाही. जेव्हा समोर काम असेल तेव्हा माझी झोप गायब होते, तहानभूक हरपते आणि मी घड्याळाकडं पाहायचं विसरतो. मी त्या कामासाठी हरतऱ्हेचे प्रयत्न करतो.

एकदा समुपदेशनसाठीच्या काही सत्रांकरता एक तरुण मुलगी माझ्याकडं येत होती. तिच्या वैयक्तिक आयुष्यात आव्हानात्मक परिस्थिती होती. काही काळानंतर ती माझ्यात इतकी गुंतत गेली की मग तिची माझ्यात केवळ व्यावसायिक सल्लागार म्हणून गुंतवणूक उरली नाही. मला अखेर तिची सत्रं थांबवावी लागली. माझ्या मुलीच्या वयाच्या त्या तरुणीला 'ही एक व्यावसायिक सल्लासेवा आहे. तुला आयुष्यात योग्य दिशा देण्याची माझी जबाबदारी आहे, त्या पलीकडे तुला मी आणखी काही देऊ शकत नाही,' असं सांगावं लागलं.

सुदैवानं पुढे या गोष्टीचा शेवट चांगला झाला आणि ती आता आपल्या कुटुंबासोबत आनंदाने राहते आहे.

मी एखाद्या कामात किती गुंतून जातो, याचं मूळ मला त्या गोष्टीबद्दल वाटणारी ओढ हेच आहे. तुम्ही कुठलीही गोष्ट करत असा आपले उद्देश साध्य करण्यासाठी त्या कामात स्वतःला झोकून देणे हेच सर्वात महत्त्वाचं असतं.

आदर :

या मूल्यामुळे तुम्ही स्वतःच्या आरशातल्या प्रतिमेकडे चांगल्या नजरेने पाहू शकता. तुमचा स्वतःचा ज्यावर विश्वास नाही अशा गोष्टीत तुम्ही सहभागी होऊ शकता का? अर्थातच नाही.

एकदा एका ग्राहकानं मला सल्लासेवेसाठी नियुक्त केलं. कामाच्या पहिल्याच दिवशी, माझ्यासमोर तो आपल्या हाताखालच्या कर्मचाऱ्यांवर आरडाओरड करत होता आणि कुठल्यातरी कारणानं त्यांना वेडवाकड बोलत होता. मला ते सहन झालं नाही. मी तडक त्या खोलीच्या बाहेर पडलो. नंतर त्यानं मी तिथून उठून का गेलो याबद्दल विचारलं. 'तुम्ही कर्मचाऱ्यासोबत ज्या प्रकारे वागत होता ती गोष्ट चुकीची आहे, खासकरून माझ्यासमोर तुम्ही असं बोलायला नको होतं,' असं मी त्यांना सांगितलं. 'त्यावेळी मी याला विरोध केला नाही, याचाच अर्थ मीही त्या कृत्यात सहभागी आहे असा होत होता. यामुळे मला सर्वाधिक दुःख झालं.' मी मग पुढे त्यांना सांगितलं, 'जर तुम्ही माझी नियुक्ती केली असेल तर अशा प्रकारची परिस्थिती यापुढे मी हाताळेन.' अशा प्रकारच्या गोष्टी हाताळण्याचे वेगळे मार्ग असतात. कोणत्याही व्यक्तीच्या आदराला धक्का पोहोचणार नाही अशा प्रकारे वागता येतं.

जेव्हा अशा प्रकारचा अनादर दाखवला जातो, त्या परिस्थितीत मी तडक राजीनामा देण्याच्या तयारीत असतो. मग त्या ग्राहकांची मला कितीही मोठी फी द्यायची तयारी असो. आयुष्यातही तुम्ही आपल्या मूल्यांना कधीही सोडता कामा नये. माझा ज्या मूल्यांवर विश्वास आहे,

ती माझ्या व्यवसायात अंमलात आणण्याची संधी मला मिळाली याचा मला आनंद वाटतो.

दीपस्तंभ (लाईटहाऊस) तत्व :

सागरी जीवनात एखादा दीपस्तंभ तुम्हाला प्रवास करायला मदत करत असतो. आपण कोणत्या दिशेने जातो हे महत्त्वाचं असतं. जगताना आपल्याला देशाचे कायदेकानून पाळावे लागतात आणि शिवाय अध्यात्मिक जगतातलेही काही नियम लागू होतात. देशाचे कायदे जर पाळले नाहीत, तर आर्थिक नुकसान किंवा तुरुंगवास यांना सामोरे जावं लागतं, पण आपल्या अध्यात्मिक नियमांपासून ढळलो तर तुम्हाला आयुष्यभर अपराधी वाटत राहतं. भले इतर कुणाला तुम्ही केलेल्या चुकांबद्दल ठाऊक असो की नसो. तुमचा आतला आवाज तुम्हाला शांत बसू देणार नाही. तो तुम्हाला कायम छळत राहील. आध्यात्मिक नियमाचं पालन करणं किंवा त्यांना धरून राहणं आयुष्याच्या दीर्घ प्रवासाकरता आवश्यक आहे, केवळ अल्पकालीन प्रसंगांकरता नव्हे.

योगदान :

हे मूल्यदेखील माझ्या उत्साही वृत्तीतूनच येतं. जर मला एखादी गोष्ट अर्थपूर्ण पद्धतीनं करता येत नसेल, तर मी त्या कामातून बाहेर पडतो. मी अशा प्रकारचं काम मुळात स्वीकारतच नाही. कामाच्या बाबतीत मी स्वतःशी अत्यंत कठोरपणे वागतो. आपली कामगिरी आणि ग्राहकाला दिल्या जाणाऱ्या गोष्टींबाबत माझी गुणवत्तेची मोजपट्टी फारच कठोर आहे. माझा ज्या लोकांच्या आयुष्यांशी संबंध येतो, त्यांमध्ये मोठा

फरक आणणे व तो कायमस्वरूपी घडला पाहिजे असा माझा आग्रह असतो. मी त्या व्यक्तीसोबत किंवा त्या कंपनीसोबत नसलो, तरी माझ्या पाऊलखुणा कायम तिथं राहाव्यात असं मला वाटतं. या मूल्यामुळे मला दररोज रात्री समाधानाची झोप लागते. आपण दुसऱ्यांना सर्वोत्तम गोष्टी देतो आहे आणि त्यांच्या आयुष्यात चांगला बदल घडवून आणतो आहे या विचाराचा तो परिणाम असतो.

बांधिलकी :

ही गोष्ट तुमची प्रतिमा तयार करत असते. तसा संदेश तुम्ही देत असता का? जेव्हा लोक तुम्हाला एखादं काम पुरं करायला सांगतात आणि तुम्ही ते करण्याचं वचन देता, तेव्हा त्यांना तुमच्याबद्दल ठाम विश्वास वाटतो का? ती पुरी न करण्याचं प्रमाण किती आहे? लोक बांधिलकीची सांगड नेहमी विश्वासार्हतेशीही घालत असतात. तुम्ही विश्वासास पात्र आहात का?

याही पुढे जाऊन म्हणायचं तर बांधिलकीमुळे विश्वास तयार होतो. बांधिलकी, वक्तशीरपणा आणि विश्वास या सगळ्यांमध्ये एक धूसरशी सीमारेषा असते – या प्रत्येक गोष्टीचं आपापलं महत्त्व आहे. वेगवेगळ्या टप्प्यात त्या तयार होत जातात. जर तुम्हाला स्वतःला सिद्ध करून दाखवण्याची संधी दिसली, तर तशी प्रत्येक संधी तुम्ही घेतली पाहिजे. त्यातूनच तुमची बांधिलकी इतरांना दिसून येत असते.

दुसऱ्या महायुद्धादरम्यान घडलेली दोन भावांची एक गोष्ट तुम्हाला सांगतो. जर्मनीतले हे दोघे भाऊ देशाच्या रक्षणाकरता युद्धभूमीवर

लढत होते. लढाई ची धुमशान सुरू होती. दोन्हीही भाऊ शौर्यानं लढत होते. शत्रू सर्व बाजूंनी चाल करून येत होता. त्यामुळे त्यांच्या कॅप्टनने सर्वांना माघार घेण्याचा आणि आपल्या मूळ जागी परत जाण्याचा आदेश दिला. सगळीकडे गोंधळ माजला होता. त्यातच हे भाऊ एकमेकांपासून दूर गेले. धाकटा भाऊ आजूबाजूला कुठं दिसत नाही हे थोरल्याच्या लक्षात आलं. त्यानं आपल्या धाकट्या भावाला शोधण्यासाठी कॅप्टनला पुन्हा युद्धभूमीवर जाऊ देण्याची विनंती केली. कॅप्टनला हे योग्य वाटत नव्हतं, कारण शत्रू गोळीबार करत असल्यानं तिथे धोका होता. कॅप्टन ने नकार दिला. तरी सुद्धा मोठा भाऊ जायला लागला हे पाहून कॅप्टन चिडला. माघार घेण्याची आज्ञा पाळली नाही, तर 'तुझ्यावर कोर्टमार्शलची कारवाई होईल' अशी धमकीही त्यानं मोठ्या भावाला दिली. मात्र मोठ्या भावाला स्वतःचं कर्तव्य अधिक महत्वाच वाटलं. तरीसुद्धा तो धाकट्या भावाला शोधायला गेलाच. अखेर युद्धभूमीवर त्याचा धाकटा भाऊ रक्ताच्या थारोळ्यात जखमी अवस्थेत सापडला. मोठ्या भावानं धाकट्याला खांद्यावर उचलून घेतलं. धाकट्यानं त्याच्याकडे पाहिलं आणि तो म्हणाला, "मला पक्कं ठाऊक होतं, की तू मला घ्यायला येशील. मी केवळ तुला पाहण्यासाठी जिवंत राहिलो होतो." इतकं बोलून त्यानं प्राण सोडले.

या गोष्टीतून आपल्याला धाकट्या भावाचा मोठ्या भावाच्या बांधिलकीवर असणारा दृढ विश्वास दिसून येतो. मी नेहमीच माझ्या प्रशिक्षण सत्रांमध्ये ही गोष्ट सांगतो. त्यातून मला बांधिलकीची शक्ती दाखवायची असते. जर तुमच्यावर कोणी विश्वास ठेवला असेल, तर मग काहीही झालं तरी तुम्ही ती गोष्ट पुरी करणारच असं त्यांना वाटलं पाहिजे. अशा प्रकारची प्रतिमा तुम्ही तयार केली पाहिजे आणि सातत्यानं राखलीही पाहिजे.

****

आपण अनेकदा म्हणतो, “तो किंवा ती एक आदर्श व्यक्ती आहे.” प्रत्येक व्यक्तीची काही ठोस मूल्यं असतात. तुमची प्रतिमा नेमकी कशी आहे? बाहेरच्या जगात तुम्हाला कशावरून ओळखलं जातं? एखाद्या खोलीत तुम्ही प्रवेश करता तेव्हा तुमची कोणती प्रतिमा प्रवेश करते?

****

वाचकासाठी प्रश्न :

१) तुम्ही कोणत्या मूल्यांच्या बाजूने ठाम उभे रहाता?

***

गोष्ट सांगण्याची कला

"एखाद्या रंजक गोष्टीइतकं तुमच्या डोक्यात पक्कं काहीच राहू शकत नाही. गोष्टींमुळे अगदी गुंतागुंतींच्या कल्पनादेखील श्रोत्यांना सहज समजू शकतील अशा पद्धतीनं समजावून सांगता येतात."

-सॅम बाल्टर

विक्रीकलेच्या जगतात एक म्हण आहे – "वास्तव सांगितल्याने आपल्याबद्दल माहिती होते, तर गोष्टी सांगितल्याने आपली विक्री होते."

या म्हणीमागचा अर्थ अगदी उघड आहे. जर एखाद्या व्यक्तीनं आपली उत्पादनं किंवा सेवा विकत घ्यावी असं तुम्हाला वाटत असेल, तर तुम्हाला त्या व्यक्तीला एखादी गोष्ट सांगावी लागते. की जी त्यांच्या मनाला स्पर्श करेल. हे केवळ विक्रीकलेपुरतंच मर्यादित नाही. जगातल्या कोणत्याही गोष्टीला हा नियम लावा, मग तुम्ही आपली कल्पना अगदी प्रभावीपणे मांडू शकता.

मी MSME क्षेत्रामध्ये काम करतो, तिथे तर अन्य कुठल्याही क्षेत्रापेक्षा अशा रंजक गोष्टी सांगणं महत्त्वाचं ठरतं. माझ्या पिढीला साधारण पणे उद्योगांचे मालक फारशी चांगली शैक्षणिक पार्श्वभूमी नसलेले, मात्र व्यवहारचतुर असत. आता नवीन पिढीतील मालक सुशिक्षित व व्यवहार चतुर दोन्ही बाबतीत तरबेज असतात. जी मुलं अभ्यासात चमकतात, त्यांना शाळा/कॉलेजात मागील बाकावर बसणारे विद्यार्थी उद्योजक झाल्यावर कामाला ठेवत असतात. पण अशा MSMEच्या मालकांना झटपट उपाययोजना हव्या असतात. त्यांना तांत्रिक किंवा व्यवस्थापन क्षेत्रातले कुठलेतरी वजनदार शब्द ऐकायला नको असतात. सहजरित्या संकल्पना कळेल अशा प्रकारे ती माहिती हवी असते.

'गोष्ट सांगणे' हा त्यावरचा उपाय आहे.

आता एक उदाहरण पाहूया. 'आपल्या व्यवसायाची जाहिरात करणं, त्याबद्दल इतरांना जागरूक करणं आणि तो इतरांना दिसणं' याचं महत्त्व सांगायचं असेल तर मी सत्रांमध्ये माझी ही आवडती गोष्ट सांगतो.

कोंबडीची अंडी अधिक प्रमाणात का विकली जातात?

खरंतर बदक आणि कोंबडी हे दोन्हीही पक्षी अंडी घालतात. आकाराचा विचार केला, तर बदकाची अंडी कोंबडीच्या अंड्यांच्या तुलनेत अधिक मोठी असतात. दोघांचही पोषणमूल्य समानच असते. मात्र बदकाच्या अंड्यांपेक्षा कोंबडीची अंडी अधिक लोकप्रिय का आहेत? लोक कोंबडीची अंडी अधिक प्रमाणात का खात असतील बरं?

जर तुम्ही बदक आणि कोंबडी या दोन्ही पक्ष्यांची अंडी घालण्याची प्रक्रिया बारकाईनं पाहिलीत तर तुम्हाला याचं उत्तर मिळेल. जेव्हा बदक अंडं घालतं, तेव्हा ते अगदी शांतपणे हे करत असतं. बदकाची मादी डावीकडे आणि उजवीकडे पाहते आणि शांतपणे अंडं घालून निघून जाते. त्याउलट तुम्ही एखाद्या कोंबडीला अंड घालताना पाहिलंत, तर ते घालून झाल्यावर ती अगदी मोठ्या आवाजात 'कुकुचकू'(मी अंड घातलं हो घातलं) असं ओरडताना तुम्हाला दिसेल.

तात्पर्य :

लोकांनी तुमचं उत्पादन खरेदी करायला हवं असेल, तर त्याची जाहिरात करणं आवश्यक आहे.

टीप – खरं तर बदकाच्या अंड्यामध्ये सगळी पोषणमूल्यं असली तरी त्याला येणाऱ्या एका विशिष्ट उग्र वासामुळे लोकांना ती अंडी खायला आवडत नाहीत. मात्र वर सांगितलेली गोष्ट उद्योजकांना आपली उत्पादनं व सेवा इतरांना दिसणं आणि त्यांबद्दल संवाद साधणं या आवश्यक गोष्टींचं महत्त्व पटवून देण्यासाठी आहे.

****

माझ्या समुपदेशनाच्या सत्रांदरम्यान अनेकदा मला 'पुण्य' आणि 'पाप' या गोष्टींबद्दल विचारलं जातं.

न्यायशास्त्राचा विचार केला तर धर्म आणि अधर्म यांचा अर्थ पुण्य आणि पाप असा घेतला जातो. इथे **पुण्य म्हणजे आपल्या स्वतःच्या किंवा**

इतर लोकांच्या भल्यासाठी केलेली गोष्ट, तर पाप म्हणजे इतरांना इजा पोचवणं किंवा आपल्या कर्तव्यामध्ये कुचराई करणं. यामुळे धर्माचा संबंध समृद्धी आणि कर्तव्य यांच्याशी येतो.

इथं मी 'पुण्य' आणि 'पाप' या संकल्पना समजावून सांगण्यासाठी एक गोष्ट सांगतो.

एकदा एका तरुणीच्या मागे काही गुंड लागले होते. त्या सुनसान रस्त्यात अचानक तिला एक माणूस भेटला. तिने त्याला आपला पाठलाग करणाऱ्या लोकांपासून वाचवण्याची विनंती केली. त्या माणसानं तिला आपल्या मागं असलेल्या एका अंधाऱ्या कोपऱ्यात लपायला सांगितलं. तिथे ती लपलेली कुणाला दिसली नसती. गुंड या माणसापाशी पोचले व ती तरुणी कुठं गेली अशी चौकशी करू लागले. त्यावेळी या गृहस्थानं चुकीच्या दिशेला निर्देश करून त्यांना मुद्दाम तिकडं पाठवलं. या गोष्टीकडं नुसतंच पाहिलं तर तो खोटं बोलला किंवा त्यानं 'पाप' केलं असं म्हणता येईल. याचं कारण खोटं बोलणं हे नकारात्मक जीवनमूल्य आहे. ते आपण आचरणात आणता कामा नये. मात्र इथे त्याचा उद्देश तरुणीचा जीव वाचवणं हा असल्यानं तो खोटं बोलला. त्यामुळे इथे त्याला 'पाप' समजता येणार नाही. एखाद्याचं आयुष्य वाचवणं याला सर्वोच्च प्राधान्य दिलं पाहिजे.

कधीकधी एखादी मोठी हिताची गोष्ट आणि उद्देश यांचं संरक्षण करणं महत्त्वाचं असतं आशा वेळी कमी महत्वाच्या गोष्टी/ मूल्यांचा त्याग करणे योग्य मानले जाते हा मुद्दा इथे सांगायचा आहे. एखाद्याचं जीवन वाचवणं हे सर्वोच्च मूल्य प्रत्येकानं आचरणात आणलं पाहिजे. त्या

मूल्यापुढे खरं/खोटं हे कमी महत्वाच मूल्य ठरतं.

****

आपण कधी कधी चुकीच्या गोष्टी करतो. आपल्या कृती किंवा निर्णय चुकीचे आहेत हे आपल्याला ठाऊकही असतं. तरीसुद्धा आपण त्या परिस्थितीतून बाहेर यायला उशीर करत जातो, आपलं दुःख चालूच राहतं आणि दुर्दैवानं मग आपण बनवलेली प्रतिमा नष्ट करायला आणखी त्रास होतो.

महाभारतातली एक गोष्ट आहे. कौरव पांडव यांदरम्यानच्या युद्धाला सुरुवात होण्याआधी कृष्णानं शिष्टाईचा एक शेवटचा प्रयत्न केला होता. त्यानं दुर्योधनाला हे युद्ध न करण्याची विनंती केली होती. दुर्योधनानं कृष्णाचं म्हणणं ऐकून घेतलं. आपण अधर्माचं आचरण करतो आहोत हे त्यानं मान्य केलं. मात्र आता या टप्प्याला जरी भविष्यात होणारी मोठी प्राणहानी आणि नुकसान दिसत असलं तरी माघार घेता येणार नाही, असंच त्यानं सांगितलं. त्यानं नम्रपणे कृष्णाला परतण्याची विनंती केली.

दुर्योधन त्याला म्हणाला, ‘हा अधर्म असल्याचं मला ठाऊक आहे. मात्र मी अधर्माच्या रस्त्यावर इतका पुढं निघून आलो आहे, की आता माझी इच्छा असली तरी मला धर्माचं पालन करता येणार नाही.

जानामि धर्मं न च मे प्रवृत्तिः जानाम्यधर्मं न च मे निवृत्तिः।

अर्थ : महाभारतातल्या या श्लोकात दुर्योधन कृष्णाला म्हणतो : धर्म

(चांगलं वर्तन) म्हणजे काय हे मला ठाऊक आहे, तरीसुद्धा माझा त्याच्याकडे ओढा नाही. अधर्म म्हणजे काय हे मला ठाऊक आहे, मात्र तरीसुद्धा मी तो सोडू शकत नाही.

समजा दुर्योधनानं कृष्णाचं ऐकलं असतं तर काय झालं असतं याची कल्पना करा. व्यवसायाचा नेता म्हणून आपण या पासून धडा शिकला पाहिजे. आणि आपण करत असलेल्या चुकीच्या गोष्टींची जबाबदारी स्वीकारून त्यात लवकरात लवकर बदल करण्याची तयारी दाखवली पाहिजे.

****

अरब आणि उंट कथा

ही गोष्ट आहे एका अरबाची. तो आपल्या उंटावर बसून वाळवंटात प्रवास करत असे. वाळवंटात दिवसा जरी प्रचंड ऊन असले तरी अरब लोक दिवसभर प्रवास करून रात्री विश्रांती घ्यायला प्राधान्य देतात. वाळवंटातल्या रात्री थंडीसुद्धा खूप असते. मात्र दुसऱ्या दिवशीच्या प्रवासासाठी ऊर्जा टिकवून ठेवणं आवश्यक असल्यानं ते रात्री आराम करतात. त्यांचे उंटही त्यावेळी विश्रांती घेत असतात. अशाच एका रात्री अरब आपल्या तंबूत विश्रांती घेत होता, त्यावेळी त्याचा उंट तंबूत डोकावू लागला. तो अरबाला आपलं डोकं तंबूत ठेवू द्यावं अशी विनंती करत होता. बाहेर खूपच थंडी असल्यानं अरबानं या गोष्टीला परवानगी दिली. थोड्या वेळानं उंटानं आपली मानसुद्धा तंबूत सरकवली आहे असं अरबाला दिसलं. अरबानं कुरकुरतच ती गोष्ट मान्य केली. नंतर उंटानं आपलं बाकीचं शरीर आत घेण्याची विनंती केली. असं करत

करत हळूहळू अख्खा उंटच थोड्यावेळानं तंबूत दाखल झाला. आता अरबाला तंबूतून बाहेर पडण्याशिवाय उपाय उरला नाही. थंडीतल्या त्या रात्री त्याला तंबूबाहेर कुडकुडत उभं राहावं लागलं.

जर तुम्ही लोकांना स्वतःला गृहीत धरू दिलं, तर मग ते त्याचा गैरफायदा घेतल्याशिवाय राहत नाहीत. जेव्हा व्यवसाय चालवण्यासाठीच्या यंत्रणा योग्य प्रकारे निर्धारित केलेल्या असतात, आणि साऱ्या प्रक्रिया व्यवस्थित चालू असतात, तेव्हा लोकांकडून असलेल्या अपेक्षांची अधिक नीटपणे व्याख्या करता येते. कर्मचाऱ्यांनाही आपल्या मर्यादा नेमक्या किती आहेत हे कळून चुकतं.

****

मी वाचनासाठी सुचवत असलेली पुस्तके व त्यामागची कारणे

"आपलं जग विस्तारण्याचे अनेक लहान मोठे मार्ग असतात. पुस्तकांची आवड हा त्यातला सर्वोत्तम मार्ग आहे."

- जॅकलीन केनेडी

या पुस्तकाच्या वाचकांनी जरूर वाचली पाहिजेत अशी काही पुस्तकं मी इथे आग्रहपूर्वक सुचवू इच्छितो. ही पुस्तकं म्हणजे प्रेरणा, उत्साह आणि ज्ञान यांची खाणच आहे. मी अनेकदा संदर्भ म्हणून त्यांचा वापर करत असतो. प्रत्येक वेळी ते पुस्तक हातात घेऊन चाळलं, की मला काहीतरी नवीन शिकायला मिळतं.

रोजगार निर्मितीची दिशा : लेखक - डॉ. आनंद करंदीकर

दिवसेंदिवस वाढत चाललेली बेरोजगारी ही आज देशापुढची एक गंभीर समस्या... रोजगार कमी होत गेल्यास आर्थिक विषमता वाढीला लागणार आणि आर्थिक विषमता वाढली की सामाजिक प्रश्नही निर्माण होणार. यावर उपाययोजना करून रोजगारनिर्मिती वाढीस कशी लागेल याचा ऊहापोह या पुस्तकात आनंद करंदीकर अभ्यासपूर्णरित्या करतात.

बेरोजगारीची आर्थिक-सामाजिक-राजकीय कारणं, बेरोजगारीचे दुष्परिणाम याचं सरधोपट विश्लेषण न करता, अर्थशास्त्रीय सिध्दांतांचा आधार घेत करंदीकर विषयाची मांडणी करतात. सोप्या भाषेत कधी कवितांचा आधार घेत ते वस्तुस्थितीचं आकलन करतात. शिक्षण, आरोग्य, शेती, बांधकाम, हरित उद्योग, हस्तव्यवसाय, छोटे उद्योग अशा विविध क्षेत्रांत तब्बल ३ कोटी ६० लाख रोजगारनिर्मिती होण्यास देशात वाव आहे, हे ते साधार पटवून देतात. संख्याशास्त्रीय पध्दतीने आखणी केल्यास रोजगारनिर्मितीचं उद्दीष्ट आपण गाठू शकतो याचा ते विश्वास देतात. विविध तक्ते, आलेख यांच्या साहाय्याने ते विषयाची उकल सोप्या रितीने करतात.

हे पुस्तक एम.पी.एस.सी., यू.पी.एस.सी.च्या विद्यार्थ्यांनाही अतिशय उपयोगी ठरणार आहे.

सर्वसामान्यांना भेडसावणाऱ्या एका ज्वलंत समस्येची गंभीरपणे दखल घेत, त्यावर शास्त्रीय पध्दतीने उपाययोजना सांगणारं पुस्तक हे रोजगार

निर्मितीची दिशा.

उद्योग करावा ऐसा... : लेखक - सुरेश हावरे

'उद्योग तुमचा, पैसा दुसऱ्याचा' या पुस्तकाच्या लक्षणीय यशानंतर सुरेश हावरे आजच्या तरुण उद्योजकांसाठी यशस्वितेचा आणखी एक 'पुस्तक-मंत्र' घेऊन येत आहेत. हे पुस्तक म्हणजे २०१५ साली झी २४ तास या वाहिनीवर सादर झालेल्या 'दि सुरेश हावरे बिझनेस शो' चं संपादित स्वरूप. हा कार्यक्रम खूपच लोकप्रिय ठरला होता. या 'शो'मध्ये शून्यातून विश्व निर्माण करणाऱ्या धडाडीच्या उद्योजकांच्या मुलाखती हावरे यांनी घेतल्या. तब्बल ७२ लाख लोकांनी हा 'शो' बघितला आणि त्यातून प्रेरणा घेऊन सहा हजारांहून अधिक तरुणांनी नव्याने उद्योगही सुरू केले.

हावरे हे स्वत: अनुभवी उद्योजक असल्यामुळे या मुलाखती वेगळी उंची गाठू शकल्या. या मुलाखतींमधून उद्योजकांनी प्रकट केलेले विचार, सांगितलेले अनुभव, तसेच त्यांच्याशी झालेल्या संवादातून व्यक्त झालेले 'मॅनेजमेंट थॉटस्' हे सर्व व्यावसायिकांना एक नवी दृष्टी देऊन जातात.

ही नवी दृष्टी देण्यासाठी आणि या 'बिझनेस बाजीगरांची' जिद्द, मेहनत, ध्यास, प्रामाणिकपणा आणि कर्तृत्व असे अनेक गुण आजच्या तरुणांपुढे आणावेत या उद्देशाने हावरे यांनी हे पुस्तक तयार केलं आहे.

नवउद्योजकांना स्वत:चा उद्योग सुरू करण्यासाठी उद्युक्त करणारं

आणि उद्योग भरभराटीचा हमखास फॉर्म्युला सांगणारं हे पुस्तक उद्योग करावा ऐसा!

बोर्डरूम : लेखक - अच्युत गोडबोले , अतुल कहाते

फोर्ड कारखान्यात सुरुवातीला फक्त काळ्या रंगाची गाडी मिळे. डिस्नेच्या स्टुडिओत बरेच उंदीर पळापळ करत, त्यावरून त्याला मिकी माऊस सुचला. युद्धकाळात कामगारटंचाईमुळे जनरल मोटर्स कंपनीत वारांगनांना भरती केलं होतं. या काही काल्पनिक आख्यायिका नाहीत. हे किस्से आहेत, कित्येक अजस्त्र कंपन्यांच्या उभारणीत प्रत्यक्ष घडलेले.

जीन्स आणि जंबोजेट, च्युइंग गम आणि इंटेल, कोडॅक आणि कोकाकोला, अमेझॉन आणि ओरॅकल मॅकडोनाल्ड्ज आणि सोनी, डिस्ने आणि वॉर्नर ब्रदर्स, गूगल आणि नोकिया अशा अनेक औद्योगिक साम्राज्यांच्या निर्मात्यांच्या कहाण्या... जितक्या सुरस, तितक्याच शिकवणाऱ्या; जितक्या चटकदार, तितक्याच प्रेरणादायी.

फिनिक्स पक्ष्यासारख्या राखेतून भरारी घेणाऱ्या यशोगाथा - अविश्वसनीय, तितक्याच थरारक !

व्यवस्थापनशास्त्रातील मूलतत्त्व सोप्या, रंजक आणि ओघवत्या पद्धतीनं समजावणारं हे पुस्तक बोर्डरूम.

उद्योग तुमचा.. पैसा दुसऱ्याचा : लेखक - सुरेश हावरे

आपल्या समाजात उद्योजकांविषयी एक प्रकारचं कुतूहल आणि अनेक प्रकारचे समज- गैरसमज असतात. उद्योगाशी निगडित अशा अनेक समजुतींचा तसंच तरुणांना व्यवसाय सुरू करण्यास प्रोत्साहन देणाऱ्या घटनांचा ऊहापोह या पुस्तकात लेखकाने अतिशय रंजकपणे केला आहे.

केवळ पैशाचंच पाठबळ असल्यास यशस्वीपणे उद्योग करता येतो या जनमानसात सर्वसाधारणपणे असलेल्या समजुतीलाच हावरे यांनी छेद दिला आहे. भांडवलासाठी पैसा बाहेरूनही उभा करता येतो, किंबहुना तो बाहेरूनच उभा करायचा असतो. मात्र व्यवसाय करण्यासाठी मुख्य भांडवल तुमच्यापाशी आवर्जून हवं असतं ते दुर्दम्य इच्छाशक्तीचं, आत्मविश्वासाचं व व्यावसायिक वृत्तीचं! हा मूलभूत मंत्र आत्मसात करण्यासाठी आणि पुढे प्रत्यक्षात व्यवसाय वृद्धिंगत करण्यासाठी लागणाऱ्या घटकांची चर्चा ते विस्तृतपणे पुस्तकातून करतात. उद्योगाची उभारणी कशी करावी, आखणी व अंमलबजावणी, ब्रँडिंग, रिलेशन, उद्योगाचं बजेट, प्लॅनिंग व ग्रोथ कशी करावी असे महत्त्वाचे विषय त्यांनी यात हाताळले आहेत.

जो स्वत:च्या अनुभवातून शिकतो, तो हुशार माणूस समजला जातो पण जो इतरांच्या अनुभवातून शिकतो तो खरा चाणाक्ष माणूस. त्यामुळे नवउद्योजकांसाठी किंवा उद्योगात प्रगती साधायची इच्छा असणाऱ्या तरुणांसाठी हे अनुभवाचे बोल अत्यंत उपयोगी पडतील.

'उद्योजक हा राष्ट्राची संपत्ती निर्माण करणारा मुख्य घटक असतो' असं मत हावरे. आत्मविश्वासपूर्वक व्यक्त करतात. अनेक वर्षं यशस्वीपणे बांधकाम क्षेत्रातील उद्योगधुरा हावरे यांचे अनुभवाचे बोल नवउद्योजकांसाठी नक्कीच प्रेरक व मार्गदर्शक ठरतील.

जुगाड : लेखक - नवी राजू, जायदीप प्रभू, आणि सिमॉन आहुजा

गेली अनेक वर्ष भारतात 'जुगाड' हा शब्द घराघरांमधून परिचित झाला आहे आणि त्यातून महत्त्वाचं म्हणजे, 'जुगाड-संशोधन' ही एक जागतिक संकल्पना झाली आहे. फ्यूचर ग्रूप, जी.ई., आय.बी.एम., पेप्सीको, फिलिप्स, रेनॉ-निस्सान, सिमेन्स, टाटा ग्रूप आणि येस बँक यांच्यासारख्या अग्रगण्य कंपन्यांबरोबरच इतरही अनेक कंपन्यांमध्ये जुगाड-संशोधनाचा वापर आधीपासूनच सुरू झाला आहे आणि त्यातून कमालीच्या लोकप्रिय अशा कल्पना तर जन्म घेत आहेतच, पण त्याचबरोबर विकासाचंही भान त्यांच्याकडून ठेवलं जातं आहे. मिस्ड कॉल्सच्या काटकसरी कल्पनेचा वापर वाढवण्यापासून ते हाताशी असतील ते जुनेपुराणे सुटे भाग वापरून, शेतीला उपयुक्त ठरणारी वाहनं बनवण्यापर्यंत सर्वत्र 'जुगाड' संकल्पनेचा वापर करण्याबरोबरच सामाजिक आणि औद्योगिक समस्या सोडवण्यासाठी 'जुगाड' तंत्राचा उपयोग मोठ्या प्रमाणावर केला जात आहे. ह्यांत २५ डॉलर किमतीचे वॉटर-फिल्टर्स, ३५ डॉलर किमतीचे पीसी टॅब्लेट्स, ८०० डॉलर्स किमतीची ई.सी.जी. मशीन्स, २५०० डॉलर्सची गाडी आणि अगदी मंगळावर जाण्याच्या योजनांपर्यंत (एखाद्या सामान्य हॉलिवूड चित्रपटाच्या निर्मितीपेक्षाही कमी खर्चात होणारी मंगळाची वारी) सर्वत्र 'जुगाड' संकल्पना राबवली जाते आहे. ह्या धाडसी अशा

भारतीय कल्पनेला आधारभूत ठरणारी तत्त्व नेमकी कोणती आहेत? विकसनशील देशांबरोबरच विकसित देशांमधल्याही कंपन्यांनी हे कसं शिकावं आणि लहान आणि मोठ्या कंपन्यांमध्येसुद्धा ते व्यवहारात कसं उतरवावं? जगातल्या कोट्यवधी लोकांना राहण्यासाठी जग ही अधिक चांगली जागा करण्याच्या दृष्टीने 'जुगाड' संशोधनाच्या ताकदीचा वापर कसा करून घेता येईल? ह्या आणि अशाच अनेक प्रश्नांची उत्तरं नवी राजू, जयदीप प्रभू आणि सिमॉन आहुजा ह्या पुस्तकातून आपल्याला देतात. भारत आणि जगभरातल्या इतर अनेक देशांमधल्या वेगवेगळ्या कंपन्यांच्या कारभाराचा सखोल आढावा ह्या पुस्तकात घेतला आहे. वाचकांच्या मनांत उद्‌भवणाऱ्या अनेक प्रश्नांना ते विचारपूर्वक उत्तरं देतात आणि त्याचबरोबर गरज पडेल त्या त्या ठिकाणी व्यावहारिक पद्धतींचा दाखला देताना काही उत्कंठावर्धक प्रश्नही ते वाचकांच्या मनात उभे करतात.

टाटायन : लेखक - गिरीश कुबेर

भारतीयांसाठी ही केवळ दोन अक्षरं नाहीत. त्यांच्यासाठी ते आहे लक्ष्मीचं दुसरं नाव. सचोटीच्या, विश्वासाच्या भक्कम पायावर उभी, सव्वाशे वर्षांची मूल्याधिष्ठित परंपरा लाभलेली,पाच पिढ्यांनी परिश्रमपूर्वक जोपासलेली, भारताची निरालस उद्यमशीलता म्हणजे टाटा संस्कृती. टाटांनी केलेली संपत्तिनिर्मिती म्हणजे लक्ष्मी-सरस्वतीचा संगम. सालंकृत, तरीही सात्त्विक. ऐश्वर्यवंत, तशीच नीतिमंत.जमशेटजी आणि दोराबजींपासून जेआरडी आणि रतन टाटांपर्यंत साऱ्यांच्या कर्तबगारीनं सतत चढतं राहिलेलं उद्योगतोरण म्हणजेच टाटायन!

****

वाचकासाठी प्रश्न :

१) तुम्ही वाचलेली पुस्तके कोणती (तुमची टॉप ५ किंवा टॉप १०)?

***

नेतृत्व आणि कार्य संस्कृती

"खऱ्या नेत्यामध्ये एकट्यानं निर्धारानं उभं राहाण्याचा आत्मविश्वास असतो, त्याच्याकडे कठोर निर्णय घेण्याचं धारिष्ट असतं आणि दुसऱ्यांच्या गरजा समजावून घेईल अस काळीज असत. तो नेतृत्व करण्यासाठी म्हणून बाहेर पडत नाही, तर त्याच्या कृतींमधून दिसणारी समानतेची भावना आणि त्याच्या उद्देशामागची सचोटी त्याला नेता बनवते."

- डग्लस मॅकअर्थर

मी नेतृत्व गुण आणि कार्यसंस्कृती या विषयांवरचे प्रकरण पुस्तकात मुद्दामच अखेरच्या भागात ठेवलेले आहे. प्रस्तुत पुस्तकाच्या वाचकांनी हे प्रकरण सर्वाधिक लक्षात ठेवावे अशी माझी इच्छा आहे. तुमच्या व्यवसायाचा हाच तर कळीचा मुद्दा असणार आहे.

काही लोकांमध्ये जन्मजात नेतृत्व गुण असतात, मात्र काही नेते घडवताही येतात. एक उद्योजक म्हणून तुमच्याकडे व्यवसाय करण्याचं

उत्तम मॉडेल असलं पाहिजे, तुम्ही उत्कृष्ट उत्पादन किंवा सेवा पुरवली पाहिजे, मात्र याखेरीज तुम्हाला आपल्या टीमचं दीर्घ काळाकरता, कुठलाही अडथळा न येता नेतृत्व करता आलं पाहिजे. प्रतिकूल परिस्थितीमध्ये तुमच्या सहकाऱ्यांनी साथ द्यायला हवी असेल, तर तुम्हीसुद्धा त्या आधी सर्व काळ त्यांचं नेतृत्व चांगल्या प्रकारे करणं जरुरीचं आहे.

मी वाचकांना विनीत नायर यांनी लिहिलेलं एक पुस्तक सुचवू इच्छितो – **'Employees First, Customers Second : Turning Conventional Management Upside Down'**

पुढे जाऊन कंपनीचं नेतृत्वच तिथल्या कार्यसंस्कृतीचं रुप ठरवत असतं. आपणही नेहमी आपले आई-वडील, वडीलधारी माणसं आणि वरिष्ठ कशाप्रकारे कृती करतात हे पाहून त्यांच्यासारखंच वागण्याचा प्रयत्न करत असतो. आपल्याला या लोकांकडून प्रेरणा मिळत असते. या लोकांच्या सहवासातच आपल्या आयुष्याचा पाया पक्का होत असतो, आपल्या जीवनाला आकार येत असतो. जर आपण घरापासूनच प्रामाणिकपणे वागायला सुरुवात केली, तर आपण ज्या कंपनीसाठी काम करतो आहोत तिथंही हा गुण आचरणात आणू शकू. जर आपण नैतिक आचरण करत असू, तर कितीही संकटं आली तरी आपण त्या मूल्यांना सोडणार नाही.

आधी उल्लेख केल्याप्रमाणे मी MSME क्षेत्राला सल्लासेवा पुरवतो. मला त्यांना केवळ व्यवस्थापन यंत्रणा, कार्यपद्धती यांसारख्या गोष्टी न शिकवता ही कौशल्येदेखील अनेकदा शिकवावी लागतात.

नेतृत्वासाठीचे काही सर्वोत्तम गुण पुढील प्रमाणे आहेत :

- **नेत्याला मार्ग ठाऊक असतो आणि तो इतरांनाही दाखवतो :**

- इतरांना "तुम्ही जा" असं सांगण्याऐवजी, नेत्यानं "आपण जाऊया" असं म्हटलं पाहिजे.

- **तो आपल्या लोकांच्या पाठीशी उभा असणे आवश्यक असते :**

- नेत्यानं आपल्या सहकाऱ्यांना प्रशिक्षण दिले पाहिजे, त्यांना पाठिंबा दिला पाहिजे आणि त्यांचं संरक्षण केलं पाहिजे. संकटाच्या वेळी त्यानं सर्वांत पुढे असलं पाहिजे.

- **आपण दिलेलं वचन त्यानं कधी मोडता कामा नये.**

मात्र त्याला कधी कोणत्याही कारणामुळे अपयश आलं, तर ते स्पष्टपणे स्वीकारण्याचं धैर्य त्यानं दाखवलं पाहिजे.

उदा.भविष्याची पावलं ओळखणारे, थोर उद्योजक नेते रतन टाटा यांनी आपली नॅनो गाडी ग्राहकांना एक लाख रुपयांना देण्याचं वचन दिलेलं होतं. मात्र ही कार प्रत्यक्षात रस्त्यावर यायला कित्येक वर्ष लागली. तोवर कच्च्या मालाच्या किंमती खूपच वाढलेल्या होत्या. ही आव्हानं असली तरी, त्यांनी पहिल्या काही ग्राहकांना नॅनो गाडी एक लाख रुपयांनाच देऊ केली. ते म्हणाले, "एकदा दिलेलं वचन कायमस्वरूपी असतं."

- **नेत्याकडं उत्तम दूरदृष्टी असली पाहिजे :**

जेव्हा कंपन्या दीर्घकालीन प्रचंड मोठी उद्दिष्टे – Big, Hairy, Audacious Goals (BHAG) समोर ठेवतात, तेव्हा कंपनीतल्या प्रत्येकानं ती समजून घेणं आणि त्यांना पाठिंबा देणं आवश्यक असतं. अशी उद्दिष्टे कधीकधी वेडेपणाची वाटू शकतात, पण त्या ध्येयाने लोकांना उत्तेजना मिळते आणि लोक तुमच्यावर विश्वास ठेवायला उद्युक्त होतात. एक नेता म्हणून तुम्हाला अशी मोठी उद्दिष्टे समोर दिसत नसतील, तर तुमच्या सहकाऱ्यांनाही ती फारशी दिसणार नाहीत.

- **दुसऱ्यांसमोर प्रशंसा करा, पण कानउघाडणी मात्र खाजगीत करा :**

अनेक नेत्यांनी ही महत्त्वाची गोष्ट शिकली पाहिजे. आपण उच्च पदावर असण्याचा गैरफायदा घेणे व कनिष्ठांना चांगली वागणूक न देणे चुकीचे आहे. एक नेता म्हणून कुठलंही साधं, छोटं कारण असलं तरी ते साजरं करा. ते इतरांना प्रेरित करतं, त्यांना चालना देतं. मात्र एखाद्याची कानउघाडणी करायची असेल, तेव्हा कुठलाही निष्कर्ष काढण्यापूर्वी आधी त्या व्यक्तीचं म्हणणं नीटपणे ऐकून घ्या.

- **श्रेय इतरांना द्या आणि अपयश स्वतः स्वीकारा :**

इतरांना श्रेय दिल्यानं तुमचं चारित्र्य अधिक उठून दिसतं. संकटाच्या काळी जेव्हा तुम्ही स्वतः पुढे होता, तेव्हा तुमचे सहकारी तुम्हाला वाचवण्यासाठी तुमच्याही पुढे होतील. जेव्हा प्रकल्प पूर्ण करणं अशक्य वाटू लागतं, खूप सारी आव्हानं समोर असतात आणि काम

पुरं करण्याच्या डेडलाईन कडक असतात – अशा परिस्थितीत तुमचे सहकारी आपली सर्वोत्तम कामगिरी बजावत असतात. त्यांना पाठिंबा द्यायला आणि त्यांचं भरघोस कौतुक करायला विसरू नका.

- **आपली मूल्ये सोडू नका :**

नजिकच्या फायद्यासाठी अनेकदा मोह पडू शकतो. कधी कधी तुम्हाला आपल्या मूल्यांशी तडजोड करायला सांगितलं जाऊ शकतं. खऱ्या नेत्यांना अशी परिस्थिती आवडते, कारण ते इतरांना जे सांगत असतात ते करून दाखवायची आता वेळ आलेली असते.

वाचकांसमोरही कधी असा प्रसंग आला तर त्यांनी या वेळी योग्य कृती करावी अशी मी त्यांना विनंती करतो.

याचीच दुसरी बाजू म्हणजे आपल्या चुकीच्या निर्णयांना सुधारणं. अनेकदा तुमच्या निर्णयक्षमतेची परीक्षा पाहिली जात असते. MSME क्षेत्रात तर व्यवस्थापकांच्या टीमच्या फारच थोड्या पातळ्या असल्यामुळे शेवटी सगळी जबाबदारी मालकावर येते. तुमच्याकडे नेहमीच योग्य निर्णय घेण्यासाठीची साधनं किंवा अधिकार असतील असं नाही. मात्र जेव्हा आपला निर्णय चुकेल, तेव्हा ते प्रामाणिकपणे कबूल करणं सर्वांत महत्त्वाचं आहे. तुम्ही स्वतःची चूक कबूल केली, तर तुमच्या टीमलाही योग्य संदेश मिळतो.

माझ्या करिअरमध्ये अनेकदा मला अशा कठीण प्रसंगांना सामोरे जावं लागलेलं आहे. अशावेळी मला अप्रिय निर्णय घेऊन ते अंमलात आणावे लागले आहेत. मी कधीही माझ्या वरिष्ठांना खुश करण्यासाठी काम

केलं नाही, तर जे काम सांगितलं आहे ते योग्य प्रकारे होईल यानुसार सगळ्या कृती केल्या. जर माझ्या मूळ मूल्यांशी तडजोड करायला सांगण्यात आली, जर माझ्या कार्यपद्धतीला डावलण्यात आलं, तर मी कंपनीमधून एकही शब्द न बोलता बाहेर पडतो.

अनेक वेळा लोकांना एका मर्यादेपलीकडे समजावून सांगता येत नाही. अशा वेळी मी तिथून सन्मानानं बाहेर पडतो. मी सल्लागार म्हणून काम करत असताना काही वेळा चुकीच्या गोष्टी माझ्या निदर्शनाला आल्यावर मी कंपन्यांच्या मालकांना बोर्डरूममध्ये इतरांसमोर आव्हान केलेलं आहे. त्यामुळे माझी सल्लासेवा संपुष्टात आली खरी, पण काही काळानं तेच लोक पुन्हा माझ्याकडे आले आणि त्यांनी मला आपल्याबरोबर काम करण्याची विनंती केली.

या सगळ्यातून तुमच्या काही लक्षात येतं का? एक नेता म्हणून विचाराल, तर माझा ज्या गोष्टींवर दृढ विश्वास होता त्या मी आचरणात आणल्या. अगदी आजही मला ही गोष्ट कामी येते. मी कुणाविषयीही मनात पूर्वग्रह ठेवत नाही. अनेकदा मी माझी फीसुद्धा न घेता असं नकारात्मक वातावरण असणारं काम सोडलेलं आहे, मात्र नंतर काही काळानं त्याच लोकांनी पुन्हा माझ्यासोबत काम करायला पुढाकार घेतला आहे. माझी कार्यसंस्कृती काय आहे हे त्यांना नीट ठाऊक आहे.

****

माझ्या करिअरमध्ये अनेकदा मला अशा कठीण प्रसंगांना सामोरे जावं लागलेलं आहे. अशावेळी मला अप्रिय निर्णय घेऊन ते अंमलात आणावे लागले आहेत.

****

वाचकासाठी प्रश्न:

आपल्या क्षेत्रात कोणती कंपनी आदर्श आहे अस तुम्हाला वाटतं

१.

२.

३.

४.

५.

खालील कंपन्यांचं तुमच्या मनात कोणतं स्थान आहे? त्यातून या कंपनीची कार्यसंस्कृती दिसून येते का?

१ ॲमेझॉन

२. गुगल

३. इन्फोसिस

४. टाटा उद्योग समूह

५. आदित्य बिर्ला उद्योग समूह

६. युनिलिव्हर

७. रिलायन्स इंडस्ट्रिज

८. गोदरेज ग्रुप

९. कोलगेट

१०. झोमॅटो

११. अखेर तुमची स्वतःची कंपनी :

काही उपयुक्त संसाधने

वाचकांना उपयुक्त ठरतील असे काही स्त्रोत खाली दिलेले आहेत. उद्योग क्षेत्रातील कन्सल्टन्सी, प्रशिक्षण, समुपदेशन आणि कोचिंग या विभागांशी संबंधित असे हे स्त्रोत आहेत.

A.https://reports.sourceglobalresearch.com/report/download/8942/extract/The-India-Consulting-Market-in-2022

या अहवालामध्ये भारतीय कन्सल्टिंग बाजारपेठेचा त्यातील कल, भाकिते आणि कन्सल्टिंग बाजारपेठेची कार्ये या गोष्टींसह विस्तृत आढावा घेतला आहे.

B.https://www.infodesk.com/5-key-trends-in-2022-for-the-consulting-industry/consulting-industry/

सध्या बाजाराचा कल काय आहेत आणि पुढे काय घडू शकतं हे माहीत असणं कधीही चांगलंच असतं. व्यावसायिक सेवाबाजारपेठेविषयी अत्यंत माहितीपूर्ण असा हा लेख आहे.

C.https://www.reportlinker.com/marketreport/Consulting/505091/Consulting/country/726396

जागतिक पातळीवरील माहिती देणाऱ्या या अहवालामुळे तुमची अत्यंत महत्त्वाची बाजारपेठेची जाण विकसित होईल.

D.https://linchpinseo.com/trends-in-the-management-consulting-industry/

सन २०२३मध्ये व्यवस्थापन कन्सल्टिंग क्षेत्रात परिवर्तन घडवून आणणाऱ्या गोष्टी.

सतत प्रगती करण्यासाठी आणि नवनवीन ग्राहक मिळत राहावेत यासाठी तुमच्या कन्सल्टन्सीने कोणत्या क्षेत्रांवर लक्ष केंद्रित केले पाहिजे, याची माहिती व्यवस्थापन कन्सल्टिंगमधले १० सर्वोच्च कल (indication) आणि टॉप १०ची आकडेवारी यावरून तुम्हाला मिळेल.

या लेखामध्ये खालील गोष्टी समाविष्ट आहे :

1) सर्वोच्च १० कल (Indication)

1.1) डिजिटायझेशन प्रक्रिया

1.2) व्यवसायाला आकार देणारे कायदेकानून

1.3) बाजारपेठ केंद्रित बाबी

1.4) डिजीटल एकात्मिकरण

1.5) फेल फास्ट पद्धती (Methodology)

1.6) ताज्या दमाचे हुशार उमेदवार नियुक्त करणे

1.7) बहुविध स्त्रोत

1.8) क्राऊडसोर्सिंगच्या मदतीने तज्ञ व्यक्तींची किंवा कंपन्यांची सेवा मिळवणे

1.9) कन्सल्टिंग फर्मची निवड करण्याची प्रक्रिया

1.10) अखंड चालू राहणारे शिक्षण

E.https://blog.commlabindia.com/elearning-design/

elearning-trends-2023

ऑनलाइन प्रशिक्षण तसेच २०२३ सालासाठीचे ई-लर्निंगचे कलदेखील उत्क्रांत होत आहेत. २०२३मधील शिक्षणविषयक आणि डिझाइनविषयक सर्वोच्च महत्त्वाचे सात कल जाणून घेण्यासाठी हे वाचा.

F.https://indianexpress.com/article/brand-initiative/demand-for-top-business-coaches-is-rising-in-india-8111023/

“भारतातील कोचिंग क्षेत्राने महामारीच्या काळात सुरुवातीला नुकसान सोसूनदेखील नंतर जबरदस्त लवचिकता दाखवून दिली आहे. ज्या काळात उद्योगधंदे जमेल तिथे खर्च कमी करण्याच्या प्रयत्नात होते, त्या काळात कोचिंगच्या या नवीन उद्योगाने कित्येक उद्योगधंद्यांना मदत करण्यामध्ये प्रभावी कामगिरी बजावली आहे.”

संदर्भ

प्रस्तावना :

मार्शल गोल्डस्मिथचे "व्हॉट गॉट यू हिअर, वोन्ट गेट यू देअर" पुस्तक

https://marshallgoldsmith.com/book-page-what-got-you-here/

https://www.amazon.in/What-Got-Here-Wont-There/dp/0739342231

झिग झिग्लर

https ://www.ziglar.com/

https ://en.wikipedia.org/wiki/Zig_Ziglar

झिग झिग्लर यांचे सी यू अॅट द टॉप,

https ://www.goodreads.com/book/show/161415.See_You_at_the_Top

फादर अॅग्नेल इंजिनीअरींग कॉलेज

https ://en.wikipedia.org/wiki/Fr._Agnel_Multipurpose_School_and_Junior_College

लक्षवेध इन्स्टिट्यूट ऑफ लिडरशीप अॅन्ड एक्सेलन्स

https ://lakshyavedh.com/

लेखकाविषयी

वाई, पुणे

https://www.nativeplanet.com/travel-guide/all-you-need-to-know-about-wai-maharashtra-003301.html

७ हॅबिट्स ऑफ हायली इफेक्टिव्ह पीपल" - स्टिफन कव्ही

https ://www.franklincovey.com/the-7-habits/

https://www.amazon.com/Habits-Highly-Effective-People-Powerful/dp/0743269519

क्लायंट म्हणून माझी भूमिका कोणती आहे? मी काय

करणे अपेक्षित आहे?

द थिअरी ऑफ कन्सट्रेंट्स

https ://www.leanproduction.com/theory-of constraints/# :~ :text=The%20Theory%20of%20 Constraints%20 is,referred%20to%20as%20a%20 bottleneck.

मी प्रशिक्षक कसा झालो?

७ हॅबिट्स ऑफ हायली इफेक्टिव्ह पीपल" –डॉ.स्टिफन कवी

https ://www.franklincovey.com/the-7-habits/

https ://www.amazon.com/Habits-Highly-Effective-People-Powerful/dp/0743269519

लॅण्डमार्क

https ://www.landmarkworldwide.com/ Zig Ziglar

https://www.ziglar.com/

https ://en.wikipedia.org/wiki/Zig_Ziglar

मी समुपदेशक कसा झालो?

फादर ॲग्नेल इंजीनिअरींग कॉलेज

https ://en.wikipedia.org/wiki/Fr._Agnel Multipurpose_School_and_Junior_College

मी सल्लागार कसा झालो?

फादर ॲग्नेल इंजीनिअरींग कॉलेज

https ://en .wik ipedia.or g/wik i/Fr._Agnel_ Multipurpose_School_and_Junior_College

लक्षवेध इन्स्टिट्यूट ऑफ लिडरशीप ॲन्ड एक्सेलन्स

https ://lakshyavedh.com/

भारतात जीवन विम्याचा ३.३0% प्रसार

https ://www.edelweisstokio.in/blogs/edelweiss-tokiolife/only-few-of-indias-population-is-covered-under-a-life-insurance-plan

आयुष्यभर मला चेतना देणारा जीवनाचा उद्देश

कोरिएन्ट बिझनेस सोल्यूशन्स

https ://corientbs.com

गुड टू ग्रेट - जिम कॉलिन्स

https://www.jimcollins.com/

https://amzn.eu/d/1OleGjj

गोष्ट सांगण्याची कला :

“पाप आणि पुण्य”

https://en.wikipedia.org/wiki/Hinduism

***